சுற்றுச் சூழலும் புத்த சமயமும்

பகவான் புத்தரின் போதனைகளில் சூழலியல் கருத்துகள்

மா. அமரேசன்

அறம் பதிப்பகம்

அறம் பதிப்பகம்

சுற்றுச்சூழலும் புத்தசமயமும்

மா. அமரேசன்

முதல் பதிப்பு: ஜூலை 2021

வெளியிடுவோர்: அறம் பதிப்பகம்

நூல் வடிவமைப்பு: சார்க் டிசைனிங் சென்டர் 90250 44447

பக்கங்கள்: 128

விலை: ₹ **160/-**

Suttru Suzalum Buddha Samayamum

M. Amaresan

First Edition: July 2021

Published by Aram Pathippagam

Layout: Shark Designing Centre 90250 44447

Pages: 128

அறம் பதிப்பகம்
3/582, முல்லை தெரு, கஸ்தூரிபாய் நகர்,
எதிரில்: தமிழ்நாடு வீட்டுவசதி வாரியக் குடியிருப்பு
முள்ளிப்பட்டு கிராமம் மற்றும் அஞ்சல்,
ஆரணி வட்டம் 632 316, திருவண்ணாமலை மாவட்டம்.

மின்னஞ்சல்:
arampublication50@gmail.com

Aram Publication
3/582, Mullai Street, Kasturibai Nagar,
Opp: Tamilnadu Housing Board Bulding,
Mullippattu village & Post,
Aarani Vattam - 632 316, Thiruvannamalai District.

e-mail: arampublication50@gmail.com

சமர்பணம்

நெஞ்சைவிட்டு நீங்காமலிருக்கும் அன்புத்தம்பி

மா. கோபிகிருஷ்ணனுக்கு

சான்றாவனங்கள்

தமிழ் புத்தகங்கள்

1. மா.அமரேசன். ஆத்திசூடி மீள் வாசிப்பு அறம் பதிப்பகம்
2. யாழன் ஆதி. தம்மபதம் அறம் பதிப்பகம்
3. பௌத்தம் ஒரு சுருக்க வரலாறு. வண. நாரத தேரர். தமிழில் செல்வி யசோதாரா நடராசா.
4. முனைவர். சோ.நா. கந்தசாமி. இந்தியத் தத்துவக் களஞ்சியம்.
5. ஆசியஜோதி. நாமக்கல் கவிஞர். வெ. ராமலிங்கம் பிள்ளை
6. புத்தரும் அவர் தம்மமும் . பீ.ஆர். அம்பேத்கர். தமிழில் சித்தார்த்தா.
7. பவுத்தம் ஆரிய திராவிடப் போரின் தொடக்கம். எழில். இளங்கோவன்.
8. புத்தநெறி, கேப்டன்.எஸ்.கலியபெருமாள்.
9. பசுவின் புனிதம் மறுக்கும் ஆதாரங்கள். டி.என்.ஜா. தமிழில் வெ.கோவிந்தசாமி
10. வி.எஸ்.ஆனந்தன் சமூகத்திரவியல்
11. அஸ்வகோஷ். புத்த சரித்திரம்.
12. தம்மத்தை போதித்தவன். நற்றிணைப் பதிப்பகம்
13. பகவான் புத்தர். தர்மானந்த கோசாம்பி.
14. பௌத்த தத்துவ இயல். ராகுல் சாங்கிருத்யாயன். தமிழில். ஏஜி.எத்திராஜீலு. மற்றும் ஆர் பார்த்தசாரதி
15. அயோத்திதாசர் சிந்தனைகள். பாகம் 2. தொகுப்பாசிரியர். ஞான அலாய்சிஸ்.
16. ஆதிவேதம். அயோத்திதாசப் பண்டிதர்

ஆங்கிலப் புத்தகங்கள்

1. Life of Buddha part 32
2. Descriptive analysis of Numerical Terms in Buddhism, by Ven. K. Dhammasiri. Page.603
3. Characterization of Ancient Tripitaka
4. Prof. Dr. Bikiram Prasad Barua in article " The Buddhist Perspective in Over-

coming today's Environmental challenges for a better tomorrow

5. Nature and the Environment in Early Buddhism by s. Dhammika
6. DISTRIBUTION, DIVERSITY AND BIOLOGY OF DEEP-SEA FISHES IN THE INDIAN EEZ by HASHIM. M
7. Fresh Water Fishes in India
8. Diversity and Distribution of Fish Fauna of Indus River at Taunsa Barrage in Punjab. Pakistan. By. Haji Muhammad. Zafar Iqbal and Saira Saleemi
9. Freshwater fish survey in Sri Lanka.
10. V.K.Shanmugam - A Text Book Geography
11. Water Ethics and Water Resource Management - Published by UNESCO Bangkok
12. Philosophy and Medicine in Early Classical India
13. Buddhist Cosmology – 31 planes in theravada
14. The Collected Discourses of the Buddha.
15. The Book of kindred sayings V. 2005
16. Environmental Ethics and Buddhism by Parves intongpan
17. Udan Bhan Jagdish Kashap
18. The Seeker's glossary of Buddhism
19. The Book of the Discipline V, 2001:
20. The Book of Discipline III. 2004
21. John.S.Strong, The Legend of King Ashoka – A Study and Translation of the Asokavadana.
22. Storrs, J.and Adrain, Discovering Trees – in Nepal, and Himalayas, Kathmandu, 1984
23. Enjoy Trees, Kathmandu, 1987.
24. Wallers, T., On Yan Chawang's Travels in India, Munsi Ram.
25. B.D. Kyokai. The Teaching of Buddha. The Corporate Body of Buddha Educational Foundation. Taiwan 1989
26. D.V.Cower. Flowering Trees and shrubs in India.
27. Mitra D., Buddhist Monuments, Sahitya Samasad, Calcutta, 1980.
28. Snellgrove, D.(Ed) The Image of Buddha, Vikas Publishing House, Delhi, 1974

29. Huntington, S.L, The Art of Ancient India, John Weatherhill, New York and Tokyo, 1985
30. Publication Division< The Way of the Buddha, Ministry of Information and Broadcasting Govt. of. India, 1959
31. Indrama, The magazine of India, July/Sep.1988.
32. India Prospective (Hindi) Vol. July. 1992
33. S. Dhammika. Trees in the Buddhisit Scriptures
34. Old Path White Clouds by Thich Nhat Hanh.
35. The Life of Buddha, by A. Ferdinand Herold, tr. by Paul C Blum [1922],
36. Buddha and His Dhamma by. Dr.B.R.Ambedkar.
37. The play in full – translated by: the Dharmachakra Translation Committee.
38. The Buddha the life of the Buddha and the essence of Dhamma by. Anand S. Krishna –
39. The Sacred Book of Buddhist . XIV
40. Ecological Functions of Bamboo forest: Research and Application
41. Resources of Bamboo forest – world

திரிபீடக சூக்தங்கள்

1. அங்குத்தர நிகாயம்
2. சம்யுக்த நிகாயம்
3. சுத்த நிபாதம்
4. குதண்ட சுத்தம்.
5. குடதண்ட சுத்தம்
6. சுத்த நிபானம்,
7. வினய பீடகம் பிக்கு மற்றும் பிக்குனிகளுக்கான கடமைகள்
8. அரியபரிய சேனா சுக்தம்
9. Majjhimanikaya I. 2002:
10. Samyuttanikaya V. 1994:
11. The Patimokkha 2001:
12. Digha Nikay II
13. Dhammapada, Attakatha and Manorathapurani, Mahavaggar.

14. Vimalakirti Nirdesa Sutra.
15. Sanyutta Nikaya, Sangaraa Sutta
16. Anguttara Nikaya, Chutukka Nipat
17. Dhammapada, Yamakka Vaggo
18. Attandanda Sutta
19. லலிதவிஸ்தாரா சூக்தம். 12வது அத்தியாயம். (ஆங்கிலம்)
20. Dhammapedatthadatha, II
21. திரிபீடகம் (ஆங்கிலம்) தொகுதி 7
22. Carakasamhita – 1960

இணைய தளங்கள்

1. http://tamilenkalmoossu.blogspot.in/2012/03/7.html
2. https://www.wisdomlib.org/buddhism/compilation/a-dictionary-of-chinese-buddhist-terms/d/doc6754.html
3. http://agritech.tnau.ac.in/ta/fisheries/pdf/commercial%20fish india.pdf
4. https://storymaps.arcgis.com/stories/897249eaaa174f5187e07abd08a11421
5. https://en.wikipedia.org/wiki/Wikipedia

உள்ளடக்கம்

நூல் மதிப்புரை

இந்தியத் துணைக்கண்டத்தின் கிழக்குப் பகுதியில் கிமு 4 — முதல் கிமு 6 ஆம் நூற்றாண்டிற்கு இடையில் மிகப்பெரிய அரச குடும்பத்தில் பிறந்து பௌத்த மெய்யியல் ஞானவானாக வாழ்ந்து மறைந்த கௌதமப் புத்தரின் போதனைகளில்—சிந்தனைகளில் ஆழமான ஆய்வுகளைப் பகுத்தறிவு மற்றும் பல்துறை அறிவியலின் அடிப்படையில் யாரும் சிந்தித்திராத மையத்திலிருந்து தொடர்ந்து முன்னெடுத்து வருபவர் தான் தோழர் மா.அமரேசன்.இவரது தொடர் ஆய்வுப் பயணம் என்பது பௌத்தத்தின் மெய்ப்பொருள் புரிதலை நோக்கியத் தேடலாகவும்,அவ்வகையில் அரிதின் நுணுகி ஆய்ந்து தேடிக் கண்டடைந்தவற்றை சமூகத்திற்கு பூடகமின்றி/புனைவுகளின்றி/ கற்பனைகளின்றி நூற்படைப்பாக அளித்தாலும் என்பதாகவே ஒரு *critical investigations* போல நிகழ்ந்து கொண்டேயிருக்கிறது.

"Critical investigations for Buddhism ecological theory" என்று சொல்லுமளவிற்கு அப்படி நடந்த ஒரு ஆய்வுத் தேடலின் விளைச்சலாகவே, பகவான் புத்தரின் போதனைகளில் சூழலியல் கருத்துகள் என்ற பார்வையில் திரட்டப்பட்டத் தரவுகளை அடிப் படையாகக் கொண்டு *சுற்றுச் சூழலும் புத்த சமயமும்* என்ற இந்த நூல் தமிழில் பௌத்தத்தை முன்வைத்து சூழலியல் குறித்து எடுத்துரைக்கிற முதல் நூல் என்ற அடையாளத்தை ஏற்று முதல் பாகம் என்ற அளவில் அறிமுக நோக்கில் வெளிவந்திருக்கின்றது.

மேலும், இந்த நூல் நான்கு பாகங்களுக்கானப் பொருண்மைகளைத் தாங்கிய வகையில், வெளிவந்த இந்த நூலுடன் சேர்ந்து மொத்தம் ஐந்து பாகங்களில் தொடர்ந்து வெளிவரவும் இருக்கிறது என்பதை நூலாசிரியர் அவர் உரையில் சொல்லியதன் அடிப்படையில் உள்ளவாறே பிரமிக்க வைக்கிறார். பெரிய அளவிலான இலாப நோக்கமின்றி அடித்தள— விளிம்புநிலை எழுத்தாக்கங்களுக்காகவே,திருவண்ணாமலை

மாவட்டம், ஆரணியில் இயங்கிவரும் அறம் பதிப்பகம் 150 பக்கங்களில் மிக நேர்த்தியாக இந்த நூலை வெளியிட்டிருப்பது கூடுதல் சிறப்பைத் தருகிறது.

சுற்றுப்புற இயற்கைச்சூழல் குறித்தும் சூழல் சார்ந்த உயிரினங்கள்/ தாவரங்கள் குறித்தும் புத்தர் கொண்டிருந்த அளவு கடந்த கரிசனமும், உயிரிரக்கப் பேரன்பும் அவரது தத்துவப் போதனைகளெங்கும் ஆங்காங்கே ஊடாடிக் கிடக்கின்றன என்ற நூலாசிரியரின் தெளிவாகப் புரிதலை மையமிட்டே, இந்த நூல், மூன்று இயல்களாக விரித்துத் தரப்பட்டிருக்கின்றது என்பதை புத்தர் வாழ்வியல் பற்றிய வரலாற்றுத் தெளிவோடு, கூர்மையாக வாசிக்கிற யாவராலும் எளிமையாக உணர்ந்து கொள்ள இயலும்.மாறாக,

புத்தரின் வாழ்வியல் வரலாற்றுடனான மெய்யியல் தத்துவப் போதனைகளில் எந்தவிதமான அடிப்படை அறிமுக அறிதலும்— புரிதலுமற்ற வாசகர்களுக்கு இந்த நூல் ஒரு புரியாத புதிரென்பதாகவே தான் இருக்கும்.

அதே வேளையில்புத்தத்தின் மீது ஓரளவிற்கேனும் தெளிவுடையவர்கள் இந்த நூலை வாசித்து முடிக்கையில்,சுற்றுச் சூழலும் புத்த சமயமும் என்ற பொருண்மையில் தமிழில் இதுவே முதல் முன் அறிமுகப்படைப்பு என்ற நூலாசிரியரின் கூற்றை,மறுப்பேதுமின்றி இங்கேநான் ஏற்றுக் கொண்டதைப் போலவே நிச்சயம் ஏற்றுக் கொள்வார்கள் என்பதை நூலாசிரியருக்கு தெளிவுபடுத்திக் கொள்கிறேன்.

புத்தரின் எண்மார்க்கச் சிந்தனைகளில் ஊறித் திளைத்தாலோ என்னவோ நூலாசிரியர் அவரது சமீபத்திய படைப்புகளின் உள்ளடக்கப் பொருண்மையிலானத் தலைப்புகளையும் எட்டாகவே தந்துவருகிறார்.

இதன் கீழ்,

1) சுற்றுச்சூழல் நோக்கில் புத்தரின் போதனைகள்.
2) திரிபீடகமும் சுற்றுச்சூழலும்.
3) சுற்றுச்சூழலுக்காக குரலெழுப்பும் சூக்தங்கள்.

என்ற மூன்று தலைப்புகள் முதல் இயலிலும்,

4) புத்த சமயமும் தண்ணீரும்.
5) புத்த சமய நதிகள்.

என்ற இரண்டு தலைப்புகள் இயல் இரண்டிலும்,

6) புத்த சமய வனங்கள்.

7) புத்த சமயத் தாவரங்கள்.

8) ஒருபோதும் வெட்டக் கூடாத தாவரங்கள்.

என்ற மூன்று தலைப்புகள் இயல் மூன்றிலுமாக என மொத்தம் எட்டுத் தலைப்புகள் அந்தந்த இயலில் உள்ள தலைப்பிற்கு ஏற்ற உரிய ஆய்வுத் தரவுகளுடன் ஒப்பீட்டடிப்படையில் மிகப் பொருத்தமாகத் தரப்பட்டிருக்கின்றது.

உலகளவில் இயற்கைச் சுற்றுச்சூழல்(தாவரங்கள்/உயிரினங்கள்/நீர்/நில ஆதாரங்கள்/கனிமவள ஆதாரங்கள்) சார்ந்த அக்கறையின்மையும், அபகரிப்புகளும், அழித்தொழிப்புகளும் பெருகிக் கொண்டே இருக்கின்ற சூழலில், நூலாசிரியர் மா. அமரேசன் அவர்கள் அவருக்கே உரித்தான சூழலியல் மீட்டெடுப்பு அக்கறையோடு, இப்படி ஒரு நூலை விருப்புவெறுப்புகளையெல்லாம் கடந்து பொது நோக்கில்(*subjective approach*) உருவாக்கித் தந்திருப்பதற்காகவே அவரை நூற்பிழைகளை எல்லாம் பெரிது படுத்தாமல் உச்சிமேல் வைத்துக் கொண்டாடலாம்.

நூலாசிரியர் மா.அமரேசன் புத்த மார்க்கத்தைச் சார்ந்தவராக இருந்தாலும் நூலின் எந்த இடத்திலும் புத்தப் போதனைகள் தொடர்பான பரப்புரை பிரசங்கத்தை அவர் தூக்கிப் பிடிக்கவுமில்லை, முன்மொழியவுமில்லை மாறாக,புத்தரின் போதனைகளில் வெளிப்படுகிற சூழலியல் ஆதரவுக் குரல்களுக்கு மட்டுமே நூலெங்கும் முக்கியத்துவம் அளித்திருக்கிறார்.

இவரின்ஆய்வு நேர்மை என்பது எந்த இடத்திலும் தரம் தாழவில்லை என்பதை தொடர் வாசிப்பின் வழியாக என்னால் உணர முடிந்தது. சூழலியல் மீது அக்கறையுடையவர்கள் இந்த நூலை வாசிக்கையில் அவர்களாலும் இதை உணர்ந்துகொள்ள முடியும். சூழலியல் படைப்புத் தளத்தில் மா. அமரேசன் அவர்கள் ஒரு தீர்க்கத்தரிசியைப் போல செயல்பட்டு காலத்திற்கேற்ற படைப்பைத் தந்திருக்கிறார் என்பது குறிப்பிடத்தக்கது.

இந்தப் படைப்பு

சுற்றுச்சூழல் ஆர்வலரை = புத்த ஆர்வலராகவும்,

புத்த ஆர்வலரை = சுற்றுச்சூழல் ஆர்வலராகவும்,

நிச்சயம் மாற்றும் என்பதில் எந்த ஐயமும் எனக்கு இல்லை. அந்த அளவிற்கு இந்த நூல் வளரிளம் சுற்றுச்சூழல் ஆர்வலர்களைப் புத்த நெறிகளின் பக்கமும்,வளரிளம் புத்தநெறி ஆர்வலர்களை சூழலியல் அக்கறைகளின் பக்கமும்,இரும்புத் துகள்களை ஒரு காந்தம் பற்றி இழுத்து இறுகப் பிடித்து வைத்துக் கொள்வது போல கவர்ந்திழுக்கிற ஆற்றலைக் கொண்டமைந்திருக்கிறது என்பது என்னளவிலானத் தெளிவான மதிப்பீடாக இங்கே பதிவு செய்கிறேன்.

முதுமுனைவர், **மு.ஐயப்பன்,**
தமிழ்த்துறை,
வ.உ.சிதம்பரம் கல்லூரி—தூத்துக்குடி,
தமிழ்நாடு—*628008.*
போன்: *9789793941*

முன்னுரை

வெட்டப்படக்கூடாத தாவரங்கள்

முன்னுரைக்காக தட்டச்சுப் பிரதி எனக்கு அனுப்பப்பட்டு வெகு நாட்களாகியும் நான் அதைப் பிரிக்க இயலவில்லை. காரணம் உள்ளூர் வெளியூர் வீடு வெளி என இடையறாதப் பணியுடன் என்னுடைய புதினம் *"The Language of the Mirror"* (கண்ணாடியின் மொழி) பிழைத்திருத்தம், மீள் வாசிப்புக்காக நீண்ட நாட்கள் காத்திருந்தது என்பதும் காரணம். ஆகயைல் முதலிலேயே தாமதத்துக்கு எனது வருத்தத்தைத் தெரிவித்துக் கொள்கின்றேன்.

மா. அமரேசனின் புத்தகத்தைப் படித்ததும் ஒரு நல்ல புத்தகத்தைப் படித்த நிறைவும் மகிழ்ச்சியும் ஏற்பட்டது. என்னை சுய பரிசோதனை செய்துகொள்ள ஒரு வாய்ப்பும் கிடைத்தது. புத்த பகவானின் அருளுரையை மிகவும் அருகமர்ந்து கேட்டது போல் உள்ளம், பிரகாசம் அடைந்தது. மிகவும் எளிமையாக, கருத்துத் தெளிவுடன், பழகு தமிழில் பயனுள்ள அரிய புத்தகத்தை ஆசிரியர் எழுதிருப்பதை வியக்காமல் இருக்க இயலவில்லை.

ஆசிரியர் அவர்களை நீண்ட காலமாகத் தெரியும், அவரது கடின உழைப்பை அறிவேன். அவரது கருதுகோளும் பணி அர்ப்பணிப்பும் நான் அறிந்ததுதான். அவரது கட்டுரைகளை புதிய கோடங்கியில் விரும்பி வாசிப்பேன். ஆனாலும் மக்கள் அனைவருக்கும் மிகப் பயனுள்ளதாக இருக்கும் இந்த புத்தகத்தை எழுதியதில் மதிப்பில் மிக உயர்ந்து நிற்கிறார். அன்னாருக்கு என் இதயங்கனிந்த வாழ்த்துக்களைத் தெரிவித்துக் கொள்கிறேன்.

"சுற்றுச்சூழலும் புத்த சமயமும்" (பகவான் புத்தரின் போதனைகளில் சூழலியல் கருத்துக்கள்முதல் தொகுதி) என்னும் இந்த புத்தகம் அறம் பதிப்பகம் மூலம் வெளியிட்படவிருக்கிறது. இந்தபுத்தகம் எட்டு (சன்மார்கம் நினைவுக்கு வருகிறது) தலைப்புகளில் தொடர் கட்டுரைகளைக் கொண்டிருக்கிறது.

1. திரபீடகமும் சுற்றுச்சூழலும்
2. சுற்றுச்சூழல் நோக்கில் புத்தரின் போதனைகள்
3. சுற்றுசூழல் சூக்தங்கள்
4. புத்தசமயமும் தண்ணீரும்
5. புத்தசமய நதிகள்
6. புத்தசமய வனங்கள்
7. புத்தசமயத் தாவரங்கள்
8. ஒருபோதும் வெட்டக்கூடாத தாவரங்கள்

புத்தர் அருளியதாக கூறப்படும் வாசகங்கள் "பிராமணர்களே கவனத்துடன் கேளுங்கள், மரங்களை வெட்டாத உயிரினங்களை அழிக்காத கொல்லப்படாத பலியிடப்படாத யாகங்களை நான் ஆதரிக்கிறேன். அவ்வகையான யாகங்கள் என்பதற்கு எடுத்துக் காட்டாக, ஊரெங்கும் நிறுவப்படும் அற நிலையங்கள், அனைத்து மக்களுக்கும் கல்வி கற்பிக்கும் கல்விகூடங்கள், இல்லறச் செழுமைக்காக இயற்றப்படும் அறச்செயல்கள் ஆகியவற்றையே நான் யகங்களாகப் போற்றுகிறேன்". என்பதை ஆசிரியர் சுற்றுச்சூழல் காக்கும் போதனைகளாக மேற்கோள் காட்டுகின்றார்.

இயற்கையே நமக்கு ஆசானும் வழிகாட்டியும் அதனால் இயற்கையோடு இணைந்த வாழ்வே சிறப்பானது என்று தொடர்கிறது அடுத்த அத்தியாயம். "தாயைப் பழித்தாலும் பழிக்கலாம், தண்ணீரைப் பழிக்கக்கூடாது என்ற பழமொழியை நினைவூட்டும் வகையில், "ஏரி, குளம், கிணறு, ஆறு, மற்றும் குழாய் நீர், தோணி, நீர், படகில் கொண்டுவரப்படும் அனைத்து வகையான நீரையும் (பாகுபாடின்றி) பயன் படுத்திக்கொள்ளாலாம்" ஆசிரியரின் மேற்கோள் அமைந்துள்ளது.

இவ்வாறு புத்தகம் நெடுகிலும் புத்த சிந்தனைகள், கருத்துக்கள் மேற்கோள்களாகப் பாவிக்கப்பட்டுள்ளன.

இறுதி அத்தியாயம் "ஒருபோதும் வெட்டப்படக்கூடாத தாவரங்கள்" என்பதில் முதலில் வருகிறது மூங்கில் மரம் எனது வீட்டின் மூலையில் ஓங்கி வளர்ந்துள்ள மூங்கில்களைப் பார்த்ததும் எப்படி நான் மூங்கில் மரத்தால் ஈர்க்கப்பட்டேன், என நினைவுகூறத் துவங்கினேன். பிராண வாயுவை அதிகமும் தொடர்ந்தும் வெளியிடக் கூடிய அபூர்வமான மரவகைகளுள் மூங்கில் முதன்மையானது என்பதையும் இப்புத்தகத்தின் வாயிலாகத் தெரிந்து கொண்டதும் எனது ஆர்வம் அதிகமானது.

சீனா, ஜப்பான், மற்றும் தெற்காசிய நாடுகளில் மூங்கிலின் உபயோகம் அதிகம் அவர்களுடைய கலைப்பொருட்கள், ஓவியங்களில் அவர்கள் மூங்கிலுக்கு கொடுத்துள்ள முக்கியத்துவம் பௌத்த அடிப்படையிலானது என்பதும் நிதர்சனமானது. ஜப்பானில் நான் வசித்த காலத்தில் அரசு கொடுத்த எனது வீட்டின் குளிப்பறையை யொட்டி ஜப்பான் தோட்டம் என்று சிறு தோட்டம் இருந்தது. குளிர்காலத்தில் வெந்நீர் குளியல் தொட்டியில் அமர்ந்தவாறு மூங்கிலைப் பார்த்து ரசிக்கும்படி அச்சிறுத்தோட்டம் சில கற்சிலைகளுடன் அமைக்கப்பட்டிருந்தது. அதன் எச்சமாகத்தான் எனது வீட்டுத் தோட்டத்தின் மூலையில் மூங்கில் குத்தை நட்டேன்.

மேலும் புங்கன்,, வேம்பு, ஆகிய இரண்டும் வெட்டப்படக் கூடாத மர வகைகள். இத்தகைய மரங்கள் சென்னையில் எங்கள் தெருக்களில் நட்டு சுவாசக் காற்றைத் தூய்மைப்படுத்தும் முயற்சியில் இறங்கி யுள்ளோம், எப்படியோ புத்தப் பாரம்பரியம் சார்ந்த நன்மை பயக்கும் விஷயங்களைக் கைப்பற்றிக்கொண்டோம் என்று மகிழ்ந்தாலும், இப்பூவுலகுக்கு புத்த பகவன் அளித்த அறிவின் கொடைகள் அவை என்ற புதிய கண்ணோட்டத்துடன் அம்மரங்களைப் பார்ப்பேன், பராமரிப்பேன் என்பது உறுதி.

துலக்கும் பல்குச்சி தொடங்கி, அருந்தும் நீர், சுவாசிக்கும் காற்று எல்லாவற்றிலும் எண்குணத்தானின் நல்ல எண்ணங்களும் கலந்துள்ளதை அவ்வப்போது நினைவுகூர்ந்தால் நமது சுற்றுச்சூழலை மாசுபடாமல் வைத்துக் கொள்ளலாம்.

நமது ஏரி குளங்கள், நீர், நிலைகளைத் தூய்மையாகப் பாது காக்காமல், புறக்கணித்த காரணத்தினால் நிலமோசடிக் கும்பல்களின் ஆக்கிரமிப்புக்கு ஆட்பட்டு மழைக்காலத்தில் வெள்ளச்சேதங்களுக்கு தமிழகம் ஆட்பட்டு வருகிறது. மணற்கொள்ளை, கனிமவளக் கொள்ளை ஆகியவற்றில் உள்நாட்டு / பன்னாட்டு மாஃபியா ஈடுபட்டு அழிவை ஏற்படுத்தி வருகின்றனர். சுற்றுச்சூழல் இன்று என்றுமில்லாத அளவில் முக்கியத்துவம் வாய்ந்ததாக உள்ளது.

இவ்வேளையில் மா. அமரேசன் பொருத்தமாக ஒரு புத்தகத்தை எழுதியுள்ளார். அனைவரும் படித்து, கடைப்பிடிக்க வேண்டிய நியதிகளைத் தவறாமல் ஒழுகி பயன்பெறவேண்டும்.

முனைவர் **ப. சிவகாமி**

பதிப்புரை

மா.அமரேசன் எழுதிய சுற்றுச்சூழலும் புத்த சமயமும் என்னும் இந்த புத்தகம் தமிழில் இந்த பொருண்மையில் வருகின்ற முதல் புத்தகம் என்பதால் இந்தப் புத்தகத்தை கொண்டுவருவதில் அறம் பதிப்பகம் பெருமை கொள்கின்றது.

மா. அமரேசன் தீர்க்க தரிசனத்துடன் எழுதிவருகின்ற நபராக தன்னை வரலாற்றில் பதியவைத்திருக்கின்றார். சுற்றுச்சூழல் குறித்துப் பேசுகின்றவர்களை புத்தநெறியின் பக்கமும், புத்தநெறியாளர்களை சுற்றுச்சூழலின் மீதும் கவனத்தை குவியவைத்திருக்கின்றார் இந்த புத்தகத்தின் வழியாக என்பதுதான் வரலாறு இந்த புத்தகத்தின் மீது கட்டமைத்திருக்கும் உண்மை.

இந்த புத்தகத்தை வாசிக்கும் ஒருவர் சுற்றுச்சூழல் ஆர்வலராக இருந்தால் அவர் நிச்சயமாக புத்தகத்தை வாசித்து முடித்ததும் புத்தநெறியின் மீது ஆர்வமுடையவராக மாறியிருப்பார். அதேபோல புத்தநெறியாளர் எவராக இருந்தாலும் சுற்றுச்சூழலின் மீது தனது ஆர்வத்தை குவிப்பார். குறிப்பாக ஒரு மூங்கில் மரத்தையாவது நட்டுவைப்பார். இந்த புத்தகத்துக்குப் பிறகு புத்தநெறியாளர்கள் மத்தியில் மூங்கில், அரசு, வேப்பம், புங்கம், பூவரசு ஆகிய இயல் தாவரங்களை ஒரு போதும் வெட்டக்கூடாது என்னும் மனநிலை மாற்றத்தை இந்த புத்தகம் உருவாக்கியிருக்கும் என்பது எனது அசைக்க முடியாத நம்பிக்கையாகும்.

இந்த புத்தகம் வெளிவரக் காரணமாக இருந்த பிரபஞ்ச ஆற்றலுக்கும், பகவான் புத்தருக்கும் எனது நெஞ்சார்ந்த நன்றி. இந்த புத்தகம் புதிய கோடங்கி இதழில் தொடராக வந்தது. அதற்காக அதன் ஆசிரியருக்கும், வாழ்த்துரை வழங்கிய சிவகாமி அம்மாவுக்கும், பிழைத்திருத்தம் செய்து உதவிய பேரா. அன்பு

அவர்களுக்கும், வடிவமைத்த கிருபாகரன் அவர்களுக்கும், சிறப்பான அட்டைப்படம் தந்த ரவீந்திரன் அவர்களுக்கும், அச்சிட்ட துர்கா பிரிண்டர்ஸ் அவர்களுக்கும் அறம் பதிப்பகத்தின் சார்பாக நெஞ் சார்ந்த நன்றியைத் தெரிவித்துக் கொள்கின்றேன்.

அறம் பதிப்பகத்துக்காக,

அ.கௌ. இன்பகுமாரி

பிப்ரவரி 2021

ஆரணி

என்னுரை

ஒரு போதும் நினைத்ததில்லை...

சுற்றுச்சூழலும் புத்தசமயமும் என்னும் இந்த புத்தகத்தை எழுதிமுடித்ததை பிரபஞ்சத்தின் கட்டளையாகவே நான் நினைத்துக் கொள்கின்றேன். எனது இந்த முயற்சியை இயற்கையின் கூட்டு நிகழ்வு என்பதே நிதர்சனமான உண்மை. இந்த தலைப்பில் புதியக் கோடங்கி இதழில் தொடரோ, புத்தகமோ எழுத நான் ஒரு போதும் நினைத்ததில்லை.

இந்த தொடரை இதழில் எழுதிக் கொண்டு வரும் போது தற்செயலாக நான் தெரிந்து கொண்டது இந்த தலைப்பில் தமிழில் வரும் முதல் புத்தகம் இது. மாநில மொழிகளில் இது இரண்டாவது புத்தகம், ஏற்கனவே இந்தியில் ஒரு பேராசிரிய இணையர்கள் எழுதியுள்ள சுற்றுச்சூழல் விவசாயம் மற்றும் புத்தசமயம் என்னும் தலைப்பில் ஒரே ஒரு புத்தகத்தை இணையத்தில் கண்டு, வாங்கி கைவசம் வைத்திருக்கின்றேன்.

இந்த புத்தகம் புத்தநெறி நோக்கில் சுற்றுச்சூழல் குறித்த ஒரு எளிய அறிமுகம் என்ற மனநிலையில் உங்களை வாசிக்க கேட்டுக் கொள்கின்றேன். புத்தநெறி என்பது ஒரு கடல் அதில் ஒரு துளியை மட்டுமே நான் உங்களுக்குத் தந்திருக்கின்றேன். இயற்கையின் கட்டளையோ அல்லது புத்தரின் ஆசையோ என்னவோத் தெரியவில்லை, எட்டு அத்தியாயத்துக்கு மேல் என்னால் எழுத இயலவில்லை. ஏற்கனவே இளையராஜா புத்தகத்துக்கும் பல பாட்டுகள் மனதில் இருந்தாலும் எட்டு பாட்டுக்கு மேல் என்னால் எழுத இயலாத காரணத்தால் இரண்டாம் பாகத்தில் எழுதிக் கொள்ளலாம் என்று விட்டு விட்டேன். அதைப் போலவே இந்த புத்தகத்திலும் பலவற்றை எழுத குறிப்புகளும் தரவுகளும் இருந்தாலும்

எட்டு அத்தியாயங்களுக்கு மேல் எழுத இயலவில்லை,

இது சுற்றுச்சூழல் குறித்த ஒரு எளிய அறிமுகம் மட்டுமே. இன்னும் தெளிவாய் சொல்வதென்றால் இந்த புத்தகம் புத்தநெறி நோக்கில் சுற்றுச்சூழலைப் பேசுகின்ற முதல் பாகம். இதற்கடுத்து பகவான் புத்தர் போதித்த எண்பத்துநான்காயிரம் சூக்தங்களில் சுற்றுச்சூழலைக் குறித்து பேசுகின்ற சூக்தங்கள் அதன் விவரங்களை தனியாக எடுத்து இரண்டாம் பாகத்தில் எழுத வேண்டும். மூன்றாம் பாகமாக, புத்தநெறியைப் பின்பற்றிய அரசர்கள், அசோகர், அர்ஷர், கனிஷ்கர், மற்றும் பிறரும் சுற்றுச்சூழலை எவ்வாறு காப்பாற்றினார்கள் என்பதும், நான்காம் பாகத்தில், தெற்காசிய நாடுகளில் சுற்றுச்சூழல் எவ்வாறு காப்பாற்றப்படுகின்றது அதன் வழி, இயற்கை எவ்வாறு பாதுகாக்கப்படுகின்றது என்பதையும், ஐந்தாம் பாகத்தில் புத்தசமய சுற்றுச்சூழலைப் பேசிய, ஷீ மார்க்ககர், ஒற்றை வைக்கோல் புரட்சி நாயகன், மசானபு ஃபுகோகோ, ஜே. சி. குமாரப்பா, புரட்சியாளர் அம்பேத்கர், ஆகிய ஆளுமைகளின் சுற்றுச்சூழல் பணிகளையும் எழுத நினைத்துள்ளேன். இதை ஒரு முன்தகவலாக உங்களுக்கு தெரிவிப்பது இந்த புத்தகத்தை மேலும் புரிந்து கொள்ள உங்களுக்கு இன்னும் ஒரு வாய்ப்பாக இருக்கும் என்பதால் இதை தெரிவிக்கின்றேன்.

திரிபீடகமும் சுற்றுச்சூழலும் என்னும் முதல் அத்தியாயத்தில் திரிபீடகத்தை குறித்து விரிவாக எழுதியிருக்கின்றேன். திரிபீடகம் குறித்த பல அரிய தகவல்களை திரட்டி தந்திருப்பதாகவே கருதுகின்றேன். இருந்தும் சுற்றுச்சூழல் கருத்துக்கள் இந்த புத்தகம் முழுவதிலும் இருப்பதாலும், அவை அனைத்துக்கும் திரிபீடக சூக்தங்களே முதல் தரவு மற்றும் ஆதாரம் என்பதால் அந்த அத்தியாயத்தில் நான் அது குறித்து விரிவாக எழுதவில்லை என்பதால். இந்த புத்தகத்தை படிக்கும் வாசகர்கள் என்னை மன்னிக்க கோருகின்றேன்.

இரண்டாம் அத்தியாயமான திரிபீடகமும் சுற்றுச்சூழலுமில் திரிபீடகத்தை சுற்றுச்சூழல் நோக்கில் வாசிக்கும் ஒரு முன்னுரையாகவே எழுதியிருக்கின்றேன். குறிப்பாக அதில் இடம்பெற்ற தாவரங்கள், செடிகள், மலர்கள், விலங்குகள், பருவங்கள், ஆகியவற்றையெல்லாம் பட்டியலிடவேண்டும் என்பது எனது எண்ணமாக இருந்தது. இருந்தாலும் இதை குறித்து தனிப் புத்தகம் வந்தால் நன்றாக இருக்கும் எனத் தோன்றியதால் ஒரு சிறு குறிப்பை மட்டும் தந்திருக்கின்றேன். அனேகமாக அதை இரண்டாம் பாகத்தில் தருவேன்.

சுற்றுச்சூழல் சூக்தங்கள் என்னும் அத்தியாயத்தில் இடம் பெற்றுள்ள

சூக்தமானது, இந்தியாவின் முதல் உயிரியல் அறிக்கையாகும். அது புத்தர் வாய்மொழியாக வந்தது என்பதால் அந்த அறிக்கையை சமகாலத்துக்குப் பொருத்திப் பார்க்கும் ஒரு முயற்சியை நான் முன்னெடுத்தேன். மீன்களை குறித்து மட்டுமே பட்டியலிட்டேன், இதை வாசிக்கும் ஒருவர், கால முரண், மற்றும், தகவல் முரண் ஆகியவற்றை காணக்கூடும், இருந்தாலும் அந்த சூக்தம் சமகாலத்துக்கும் எப்படி பொருந்துகின்றது என்பதை வாசகர்களுக்கு தெரிவித்தில் மகிழ்ச்சி எனக்கு.

புத்தசமயமும் தண்ணீரும் என்பதில் தண்ணீரை 2500 ஆண்டுகளுக்கு முன்பே அறிவியல் நோக்கில் புத்தநெறி எவ்வாறு அணுகியது. என்பதை தெரியப்படுத்தும் ஒரு வாய்ப்பாகவே எடுத்துக் கொண்டேன். அதிலும் தண்ணீரின் தற்போதை நிலை மற்றும் இருப்பு ஆகிய விவரங்களை தெரிவித்தது சிலருக்கு கால முரண் ,மற்றும் தகவல் முரணாகவே தோன்றும். இது ஒரு ஒப்பீடு என்ற நோக்கில் பார்த்தால் புத்தநெறியின் காலத்துக்கு முற்பட்ட சிந்தனை விளங்கும். புத்தசமய நதிகள் என்னும் தலைப்பில் புத்தர் வாழ்வில் கடந்த நதிகள் மற்றும் நிகழ்ந்த நிகழ்வுகளையும் எளிய குறிப்புகளால் நிரப்பியுள்ளேன். இது படிப்பவர்களுக்கு புது உணர்வைத்தரும் என்பது எனது நம்பிக்கை

புத்தசமய வனங்கள் அத்தியாயத்தை எழுத மிகவும் சிரமப்பட்டேன், காரணம் பல வனங்களின் பெயர்கள் கிடைக்கவில்லை, பின்னர் பல புத்தகங்களைத் தேடி தேடி எழுதினேன். புத்தச் சமயத் தாவரங்கள் எழுத எனக்கு மிகவும் உதவியாக இருந்தது. புத்தரும் அவர் தம்மமும், அப்போதுதான் நான் உணர்ந்தேன், புரட்சியாளர் அந்த புத்தகத்தை சுற்றுச்சூழல் நோக்கிலும் எழுதியிருக்கின்றார் என்பதை, இது எனக்கு உண்மையில் புதிய அனுபவமாக இருந்தது. ஒரு போதும் வெட்டக்கூடாத தாவரங்கள் என்னும் இந்த அத்தியாயம் தான் இந்த புத்தகத்தில் முதன் முதலில் எழுதிய கட்டுரை, இதைப் படித்ததும், பேரா. அரசமுருகு பாண்டியன், மற்றும் புதிய கோடங்கியின் ஆசிரியர். தங்க மோகன் ராஜ் அவர்களும் இதை ஒருத் தொடராக எழுதச் சொன்னதால், புத்தச் சமயத் தாவரங்கள், அதன் பின் வனங்கள், நதிகள் என தலைகீழாக எழுதி இறுதியில் திரிபீடகத்தில் முடித்தேன்.

இந்த புத்தகம் எழுத தரவுகளுக்காக பல புத்தகங்களை படிக்க நேர்ந்தது உண்மையில் ஒரு புது அனுபவமாக இருந்தது. மேலும் இதில் வரும் பெயர்கள் சில சமயங்களில் தவறாககூட இருக்கலாம், பல பெயர்கள் பாளியிலிருந்து, ஆங்கிலம், பின்னர் ஆங்கிலத்திலிருந்து தமிழ் என மொழிகள் மாறி வந்ததால் அவ்வாறான

பிழைகள் நேர்ந்தது என்பதை வாசகர்களுக்குத் தெரியப்படுத்திக் கொள்கின்றேன். இறுதியாக நான் ஒரு பேராசிரியனோ, முழுநேர ஆய்வாளரோ இல்லை. எனது பணிநேரம் போக கிடைத்த நேரத்தை பயன்படுத்தி இந்த புத்தகத்தை எழுதி முடித்தேன் என்பதையும், பல தரவுகளின் பெயர்கள் மாறி வந்திருக்கும் பிழையையும், ஒரே புத்தகத்தின் பெயர் மாறி மாறி வந்திருக்கும் பிழையையும் தவிர்த்து இந்த அரிய புத்தகத்தை வாசித்து அதன் கருத்தை உள்வாங்க கேட்டுக்கொள்கின்றேன். நன்றி.

இந்த புத்தகத்துக்காக நான் பலருக்கும் நன்றி சொல்ல கடமைப் பட்டிருக்கின்றேன். குறிப்பாக புதிய கோடங்கி இதழ், அதன் ஆசிரியர், தங்க மோகன்ராஜ், சிவகாமி மேடம், பேரா. அரசமுருகுபாண்டியன், செல்வகுமாரி கலியப்பெருமாள், தெளசன் சன்சைன், மா.சுரேஷ் அண்ணன் ஆகிய அறிவாளுமைகளுக்கு எனது முதற்கண் நன்றி.

இந்த புத்தகத்தை அதன் தன்மை உணர்ந்து சிறப்பாக வடிவமைத்த கிருபாகரன் தோழருக்கும், சிறப்பான அட்டைப்படம் தந்த ரவீந்திரன் தோழருக்கும், பிழைத்திருத்தி உதவிய பேரா. அன்பு அவர்களுக்கும் நெஞ்சார்ந்த நன்றி. வழக்கம் போல் இந்த புத்தகத்தின் முதல் வாசகர்களாக இருந்த எனது மகள்கள், அ.கௌ. இன்பகுமாரி மற்றும் அ.கௌ. பவானி ஆகிய இருவருக்கும் நெகிழ்வான நன்றி. இவர்கள் ஒருசில கட்டுரைகளை சிலாகித்தும், பல கட்டுரைகளை புதிதாக இருப்பதால் புரியவில்லை, என்றும், இந்தக் கோணங்களில் நாங்கள் சிந்திக்கவில்லை என்றும் தங்கள் கருத்தை துணிச்சலாகப் பதிவிட்டவர்கள். அதிலும் தேன் இனிதா, பால் இனிதா என்னும் கேள்விக்கான தகவலை எனக்கு பகிர்ந்ததும் தந்ததும் எனது அன்புமகள் இன்பகுமாரி அவருக்கு கூடுதலான நன்றி.

வழக்கம் போல அறம் பதிப்பகத்தின் பணிகளை தன் தோளில் ஏற்றிக்கொண்ட அன்புமகன், அ.கௌ. கதிரேசன் அவர்களுக்கும் மிக்க நன்றி. பல தரவுப் புத்தகங்களை வாங்க பணமில்லாதிருந்த போது, தன் நகைகளை அடமானம் வைத்து புத்தகம் வாங்க பணம் தந்த என் வாழ்க்கை துணையாய் பிரபஞ்சம் அளித்த அன்புள்ளம். அ. கௌரிக்கு விழித்துளி பனிக்கும் நன்றி.

மா.அமரேசன்
தங்கள் புத்தகயா
பிப்ரவரி 2021

திரிபீடகமும் சுற்றுச்சூழலும்

முதல் புத்தச் சமய மாநாடு

பகவான் புத்தர் கி.மு.483 ஆம் ஆண்டில் வைகாசி மாதம் முழு நிலவு நாளில் குஷியானாராவில் உள்ள உபவனத்தில் இரட்டைச் சால் மரத்தின் கீழ் பரிநிர்வாண நிலையை (இயற்கையில் கலந்தார்) எய்தினார். ஒற்றைச் சால் மரத்தின்கீழ் பிறந்த கௌதம சித்தார்த்தர் இரட்டைச் சால் மரத்தின்கீழ் பகவான் புத்தராக பரி நிர்வாணம் அடைந்தார். புத்தர் நிர்வாணம் அடைந்த 3 மாதங்களுக்குப் பிறகு அதாவது புரட்டாசி மாதம் மகதராஜ்ஜியத்திற்கு மழைக் காலம் என்பதால், மழைக்காலத்தில் புத்த பிக்குகள் பிட்சைக்கு வெளியில் செல்லாமல் மடத்திலேயே தங்கி தம்மத்தை வாசிக்க வேண்டும் என்பது பிக்கு மற்றும் பிக்குனிகளுக்கான கடமை என்பதால், மகத அரசர் பிம்பிசாரரின் மகன் அஜாதசத்ரு அவர்கள் புரவலராக இருந்து புத்தச் சமயத்தின் முதல் சங்கக் கூட்டத்தை ஒருங்கிணைத்தார்.[1]

தேரவாத புத்தச் சமயப்பிரிவில் பிக்குகளை நான்கு வகைப்படுத்துகின்றனர். அவை.

1. சோதப்பன்னா (பாலி) Sotapanna

துன்பம் தரக்கூடிய 1. பொறாமை, 2. பாசாங்குத்தனம், 3. மோசடி, 4. இழிவுபடுத்தல், 5. ஆணவம், 6. அதிகாரம் செலுத்துதல் ஆகிய ஆறு குணங்களில் முதல் நான்கு குணத்தைக் கைவிட்டவர்களைச் சோதப்பன்னா என்று அழைப்பார்கள். பிக்குகள் எய்தும் முதல் உயர்நிலையிதுவாகும்.[2]

2. சகடகாமி (பாலி) Sakadagami

தேரவாத பிக்குகளின் உயர்நிலையில் சகடகாமி இரண்டாவது நிலையாகும். இது கீழ்க்காணும் துன்பச் சங்கிலிகளை அறுத்தவர்களைச் சகடகாமி என்று அழைப்பார்கள்.

1. தன்னை நம்புதல்,
2. சந்தேகம்
3. சடங்குகள் மற்றும் மூட நம்பிக்கைகளைப் பின்பற்றுதல்.
4. அடங்காத ஆசைகள் (ஏக்கம்)
5. கெட்ட எண்ணம்[3]

3. அனகாமி (பாலி) Anagami,

அனகாமி என்பது தேரவாத பிக்குகளின் 3வது உயர்நிலையாகும். அனகாமி என்பது பத்துவிதமான துன்பச் சங்கிலிகளை (தீமைகளை) அறுத்தவர்களைக் குறிப்பதாகும். அது.

உடலால் மனிதன் செய்யக்கூடிய தீமைகள்.

- கொலை
- களவு
- காமம்

1. Life of Buddha part 32
2. https://en.wikipedia.org/wiki/Sot%C4%81panna
3. <https://en.wikipedia.org/wiki/Sakadagami>

நாக்கால் செய்யக்கூடிய தீமைகள்

- பொய்
- பழித்துப் பேசுதல்
- ஏசுதல்
- வீண்பேச்சு

மனதால் செய்யக்கூடிய தீமைகள்

- பேராசை
- பகைமை
- தவறான அணுகுமுறை[4,5]

4. அரகத் (பாலி) Arahant.

உள்ளொளி பெற்று உயர்ஞானம் அடைந்து முற்றும் துறந்த நிலைக்குச் சென்றவர்களை அரகத் என்று அழைப்பர். அரகத் என்னும் பாலி மொழிச் சொல்லுக்கு எதிரிகள் இல்லாதவர்கள் என்று பெயர். புத்தரின் கோட்பாட்டின் படி தன் மனதுக்குத் துன்பம் தரும் சிந்தனைகளை எதிரிகள் என்பதால் மனத்துன்பம் இல்லாமல் வாழ்பவர்கள் என்று பொருள் கொள்ளலாம்.6 புத்தரின் போதனைகளை மனப்பாடம் செய்து ஒப்புவிக்கும் திறன் கொண்ட 499 அரகத் பிக்குகள் இந்தக் கூட்டத்துக்கு அழைக்கப்பட்டனர்.

முதல் சங்கக் கூட்டம் நடந்த குகை தோற்றம்

முதல் சங்க கூட்டம் நடந்த குகை தற்போதைய தோற்றம்

4. மா.அமரேசன். ஆத்திசூடி மீள் வாசிப்பு பக்கம் 8
5. <https://en.wikipedia.org/wiki/An%C4%81g%C4%81mi>
6. https://en.wikipedia.org/wiki/Arhat

புத்தரின் அனுக்க சீடரான அனந்தருக்காக ஓர் இருக்கை ஒதுக்கப்பட்டிருந்தது. ஆனால் அவர் பிக்குகளின் உயர்நிலையில் முதல் நிலையான சோதப்பன்னா என்னும் நிலையில் இருந்தார். அரகத் நிலையை அவர் எய்தவில்லை. அதற்காக அவர் இரவும் பகலும் கடுந்தவ முயற்சியை மேற்கொண்டார், முதல் சங்கக் கூட்டம் தொடங்கயிருந்த ஒரு நாளுக்கு முன், கௌதம புத்தர் கற்பித்திருந்த உடலைத் துறத்தல் என்னும் தியான முயற்சியை மேற்கொண்டு அரகத் நிலையை அடைந்தார். புத்தரின் பத்து முதன்மைச் சீடர்களுள் ஒருவரான மகாகஸ்ஸபர் அனந்தர் அரகத் தன்மையை அங்கிகரித்தார். அதன்பின்னரே அனந்தர் முதல் சங்கக் கூட்டத்தில் முன்னிலை வகித்தார்.[7] முதல் சங்கக் கூட்டம் அதன் பின் தொடர்ந்து ஏழு மாதங்கள் நடைபெற்றது.

வினய பீடகம் (ஒழுக்கக் கோட்பாடுகள்)

ஏழு மாதங்களும் மரியாதைக்குரிய முதன்மை பிக்குகளான உபாலியும் அவருடைய சீடர்களும் புத்தரின் போதனைகளில் இருந்து பிக்குகள் மற்றும் பிக்குனிகள் குடும்பத்தவர்கள் ஆகியோர்களின் ஒழுக்கக் கோட்பாடுகள் நியமங்கள் ஆகியவற்றை ஓதினர். அரகத் நிலையை அடையாத சீடர்களும் இங்கு வந்திருந்தனர் அவர்களுக்குள் இருந்த உபாலியின் சீடர்கள் பிக்குகள் ஓதியதை இலையில் எழுதி முதன் முதலாக ஆவணப்படுத்தினர்.

ஒழுக்கக் கோட்பாடுகள் பின்வரும் 5 நூல்களைக் கொண்டது.

1.	பாராஜித பாலி	—	பெருங்குற்றங்கள்
2.	பாசித்திய பாலி	—	சிறு குற்றங்கள்
3.	மகா வக்க பாலி	—	பெரும் பகுதிகள்
4.	கல்லவக்க பாலி	—	சிறிய பகுதிகள்
5.	பரிவார பாலி	—	சுருக்கமான நன்னடத்தைகள்[8,9]

இந்த 5 நூல்களையும் சேர்த்து மொத்தம் 21,000 பாடல்களைக் கொண்டது வினாயபீடகம்.[10]

7. life of Buddha
8. யாழன் ஆதி. தம்மபதம் பக்கம் 174
9. பௌத்தம் ஒரு சுருக்க வரலாறு
10. Descriptive analysis of Numerical Terms in Buddhism, by Ven. K. Dhammasiri. Page.603

சுத்த பீடகம்

அனந்தரும் அவர்தம் தலைமையை ஏற்றுக்கொண்ட சீடர்களும் பகவான் புத்தரின் போதனைகளில் இருந்து பிக்குனிகள், அரசர்கள், குடும்பத்தவர்கள், செல்வந்தர்கள் எனப் பல தரப்பினருக்கும் பல்வேறு சமயங்களில் கூறிய அறவுரைகளைத் ஓதினார்கள், அரகத் நிலையை அடையாத பிற அனந்தர் சீடர்களாக இருந்த பிக்குகள், அனந்தர் தலைமையில் அரகத் பிக்குகள் ஓதிய அறவுரைகளை இலைகளில் எழுதி ஆவணப்படுத்தினர். சுத்தபீடகம் ஐந்து நிகாயங்களைக் (தொகுப்புகளைக் கொண்டுள்ளது. அவையாவன:

1. தீக நிகாயம் — நீண்ட அறிவுரைகளின் தொகுப்பு
2. மஜ்ஜிம நிகாயம் — நடுத்தர அறிவுரைகளின் தொகுப்பு
3. சன்யுக்த நிகாயம் — பழமொழிகளின் தொகுப்பு
4. அங்குத்தர நிகாயம் — எண் வரிசைப்படி ஒழுங்குபடுத்தப்பட்ட அறவுரைகள்
5. குந்தக நிகாயம் — சிறிய தொகுப்பு

5வது தொகுப்பான குந்தக நிகாயம் மேலும் 15 நூல்களாகப் பிரிக்கப்பட்டுள்ளது. அவையாவன:

1. குத்தகபாதா — சிறிய மூலவாசம்
2. தம்மபதா — வாய்மைவழி
3. உதானம் — அனந்தர் வெற்றிப்பாடல்கள்
4. இதிவுத்தக — “இப்படிச் சொல்லப்பட்டது” அறிவுரைகள்
5. சுத்தநிபாத — தொகுக்கப்பட்ட அறிவுரைகள்
6. விமானவத்து — மோட்சத்தை பற்றிய கதைகள்
7. பேதவத்து — பேதர்கள் பற்றிய கதைகள்
8. தேரகதா — சகோதரர்களின் இசைப்பாக்கள்
9. தேரிகதா — சகோதரிகளின் இசைப்பாக்கள்
10. ஜாதக — பிறப்பு பற்றிய கதைகள்
11. நிதேச — விளக்க உரைகள்
12. பட்டிசம்பிதாமாக — நுண்ணறிவின் ஆராய்சி
13. அபதான — அரகத்துகளின் வாழ்க்கை

14. புத்தவம்சம் — புத்தரின் வரலாறு
15. சரியாபீடகம் — ஒழுக்க முறைகள்

மூன்று பீடகங்களில் அபிதம்ம பீடகம் மிக முக்கியமானதும் சுவையுள்ளதுமாகும்.[11] அபிதம்ம பீடகம் மொத்தம் 21,000 பாடல்களைக் கொண்டதாகும்.[12]

அபிதம்ம பீடகம்

மகாகசிப் தலைமையை ஏற்றுக்கொண்ட அரகத் நிலையை அடைந்த சீடர்கள் புத்தரின் போதனைகளில் இருந்து சித்தாந்தங்களுக்கான விளக்கங்களாக புத்தர் கூறியவற்றிலிருந்து தொகுத்து ஓதினார்கள். மற்ற பிக்குகள் சித்தாந்தகங்களுக்கான வினாக்கள் மற்றும் விளக்கங்களை ஆலமரத்து இலைகளில் எழுதி ஆவணப்படுத்தினார்கள்.

அபிதம்ம பீடகம் ஏழு நூல்களைக் கொண்டுள்ளது. அவையாவன;

1. தம்ம சங்கணி — தம்மங்களின் வகைகள்
2. விபங்கம் — பிரிவுகள் பற்றிய நூல்
3. கதா வத்து — கருத்து மாறுபாட்டு வகைகள்
4. புக்கல பஞ்ஞத்தி — தனியாட்கள் பற்றிய விளக்கவுரை
5. தாது கதா — மூலகங்களைப் பற்றிய உரையாடல்
6. யமக — சோடிகள் பற்றிய நூல்
7. பட்டான — உறவு பற்றிய நூல்[13]

அபிதம்ம பீடகம் மொத்தம் 42,000 பாடல்களைக் கொண்டதாகும்.[14]

இவ்வாறு வயதில் முதிர்ந்த பிக்குவான உபாலி தொகுத்த புத்தரின் போதனைகளை வினயபீடகம் (ஒழுங்கு கட்டுப்பாடு போதனைகள்) என்று அழைத்தனர். இதை வணக்கத்துக்குரிய உபாலி பிக்கு அவர்கள், ஒவ்வொரு பாடலையும் “தேனா சமயேனா”, (அந்தச் சம்பவம் இவ்வாறு நிகழ்ந்தது) என்று துவங்கும் வகையில் அமைத்தார்.

---

11. பௌத்தம் ஒரு சுருக்க வரலாறு. வண. நாரத தேரர். தமிழில் செல்வி யசோதாரா நடராசா.
12. Descriptive analysis of Numerical Terms in Buddhism, by Ven. K. Dhammasiri. Page.603.
13. பௌத்தம் ஒரு சுருக்க வரலாறு. வண. நாரத தேரர். தமிழில் செல்வி யசோதாரா நடராசா
14. Descriptive analysis of Numerical Terms in Buddhism, by Ven. K. Dhammasiri. Page.603

புத்தரின் அனுக்கச் சீடராக இருந்து புத்தரிடம் அன்பில் முதிர்ந்த சீடரான அனந்தர் தொகுத்த போதனைகளைச் சுத்தபீடகத்தின் ஒவ்வொரு பாடலையும் "இவாம் மே சுக்தம் (நான் இவ்வாறு கேள்விப்பட்டேன்) எனத் துவங்கினார்..

அறிவில் முதிர்ந்த பிக்குவான மகாகாசிபர் தொகுத்த அபிதம்ம பீடகத்தை எந்த வகையான முன்னொட்டுகள் இல்லாமல் அப்படியே தொகுத்தார்.[15] இவ்வாறு தொகுத்தவற்றை (இலைகளில் எழுதியவற்றை 3 மூங்கில் கூடைகளில் சுமந்து சென்றதால் அவற்றிற்கு 3 கூடைகள் என்னும் பொருள்படும் திரிபீடகம் என்று அழைக்கப்பட்டது. பாலி மொழியில் புத்தரின் பாடல்கள் சுக்தா அல்லது சூக்தம் என அழைக்கப்படுகின்றது.

திரிபீடகம் குறித்த சிறப்புத் தகவல்கள்.

- புத்தச் சமயத்தில் தேரவாரம், மகாயானம், வஜ்ஜிரயானம் என்னும் 3 பெரும் பிரிவுகள் உள்ளதைப் போல, திரிபீடகத்திலும் 3 பதிப்புகள் உள்ளது. தேரவாத புத்தச் சமயத்தினருக்கு பாலி மொழியிலும், மகாயானம் புத்தப் பிரிவினருக்கு வடமொழி கலப்பில் அமைந்த சீன மொழியிலும், வஜ்ஜிரயான புத்த சமயத்தினருக்கு, காகியூர் (வடமொழி பாடல்கள் அடங்கியது) தாங்யூர் (நேபாள மொழி மற்றும் இந்திய மொழிகள் அடங்கியது)
- தேரவாத புத்தச் சமயத்தினருக்கான திரிபீடம் பாலி மொழியில் அமைந்தது. தேர வாதத்தைப் பின்பற்றும் புத்தச் சமய நாடுகளான, இலங்கை, மியான்மார், தாய்லாந்து, கம்போடியா, மற்றும் லாவோஸ் நாடுகளில் எவ்விதமான மாற்றமும் இல்லாமல் ஓதப்படுகிறது.
- திரிபீடகம் பைபிளைப் போல் பதினெட்டு மடங்கு பெரியது
- திரிபீடகம் முழுமை பெற்றதன்று, இன்னும் பல சூக்தங்களுக்கு மைத்ரேய புத்தர் விளக்கம் அளிப்பார் என முடிக்கப்படாமல் உள்ளது
- 82, 000 பாடல்கள் என்பது கௌதம சித்ததார்த்தரின் போதனைகள் மட்டுமே, அவருக்கு முன்பிருந்த 27 புத்தர்களின் பாடல்கள் அல்ல. அவருக்குப் பின் வர இருக்கின்ற மைத்ரேய புத்தரின் பாடல்களும் அல்ல.
- திரிபீடகம் என்னும் சொல்லை முதன் முதலில் பயன்படுத்தியவர்கள்

15. முனைவர். சோ.நா. கந்தசாமி. இந்தியத் தத்துவக் களஞ்சியம். பக்கம் 266

சீனாவில் உள்ள டாங் பேரரசு. அப்பேரரசிடம் இருந்துதான் திரபீடகம் என்னும் சொல் உலகிற்குப் பரவியது.[16]

- சீனாவில் உள்ள வூவி அருங்காட்சியகத்தில் தீபெத்திய திரிபீடகம் தொகுப்பு 5,317 தொகுப்பையும் சேர்த்து மொத்தம் 40,000 பாகங்களாக உள்ளது.
- தீபெத்திய திரபீடகத்தைத் தீபெத்தியர்களும், சீனர்களும் 14ஆம் நூற்றாண்டிலிருந்து உலகின் பொக்கிஷம் என்றே அழைக்கின்றனர்.

சுற்றுச்சூழலுக்கான முதல் கலகக் குரல்

ஒருநாள் மகத ராஜ்ஜியத்திலுள்ள ராஜகீருக்கு (தற்போதைய பீகார் மாநிலம் நாளந்தா மாவட்டம் ராஜ்கீர் ஒன்றியம்) புத்தர் தமது 40,000 சக துறவிகளோடு நடந்து போய்கொண்டிருந்தார். அப்பொழுது திடிரென்று ஆடு, மாடு, குதிரைகள் என அனைத்து வகையான விலங்குகளும் அரசனின் காவலர்களால் விரட்டப்பட்டுக் கொண்டிருந்தது. அவர்களின் விரட்டுதலுக்கு ஏற்ப கால்நடைகள் புழுதி பறக்க ஓடிக்கொண்டிருந்தன. அவ்வாறு விரட்டிய கால்நடைகள் எழுப்பிய புழுதி அடங்கவே இரண்டு மணி நேரத்துக்கு மேலாயின என ஒரு மேல்நாட்டு எழுத்தாளர் குறிப்பிடுகின்றார்.

அவ்வாறு விரட்டப்பட்ட கால்நடைகளில் கால் ஒடிந்த ஒரு குட்டி ஆடும் ஒன்று, இதையெல்லாம் கவனித்துக் கொண்டிருந்த புத்தர், அந்தக் கால் ஒடிந்த ஆட்டுக்குட்டியைத் தூக்கி தன் தோள்மீது வைத்துக்கொண்டு உடன் வந்து கொண்டிருந்த உழவர்களிடம் இந்த கால்நடைகள் எல்லாம் எங்கே செல்கின்றன எனக் கேட்கும் போது அவர்கள் அரசர் பிம்பிசாரர் நடத்தும் யாகத்தில் பலியிட அழைத்துச் செல்கின்றனர் எனப் பதிலளிக்கின்றனர்.[17]

கால் ஒடிந்த ஆட்டுக் குட்டியைத் தன் தோளில் சுமந்தவாறே புத்தர் பிம்பிசாரரின் யாகம் நடக்கும் காட்டை நோக்கி தன் சீடர்கள் பின் தொடர நடந்து சென்றார். யாகம் நடைபெறும் அடர்ந்த காட்டில் ஒரு பக்கம் எண்ணிக்கைக்கு அடங்காத பசுக்களும் காளைகளும் கொட்டியில் அடைக்கப்பட்டிருந்தன. ஆடுகளும், கோழிகளும், குதிரைகளும் திசைக் கொன்றாக கொட்டில் அடைக்கப்பட்டிருந்தன. அவ்வாறு அடைக்கப்பட்டிருந்த அனைத்து விலங்கினங்களும், வெட்டப்படும் பொழுது, அச்சத்தினால் கழுத்தை

16. Characterization of Ancient Tripitaka
17. ஆசியஜோதி. நாமக்கல் கவிஞர். பக்கம் 57

உதறின கொண்டன அவ்வாறு அவைகள் தங்கள் கழுத்தை உதறும் பொழுது, ஒரு பெரிய அவல ஓலம் எழுந்தது வெட்டுப்படும் விலங்கின் ஓலத்துடன் கலந்து ஒலித்து அந்த ஓலமும் (ஒலியும்) காற்றில் கரைந்தன.

பிராமணர்களின் மந்திரத்தோடு விலங்குகளின் ஓலமும் சேர்ந்து மிகப் பெரும் அச்சமூட்டும் சூழலை அந்தக் காட்டில் உருவாகின. யாகத்தின் நெருப்போடு சூரியனின் வெப்பமும் சேர்ந்து வெக்கையை உருவாக்கினது அந்தக் காட்டில், இதையெல்லாம் நான் பார்க்க மாட்டேன் என்பது போல சூரியன் மேகத்துக்குள் மறைந்து இருந்தது. அன்றைய தினம் பலியிடப்பட வேண்டிய

விலங்குகள் புழுதிப் பறக்க வந்து சேர்ந்தன. கொண்டிருந்தன. அங்குப் புழுதி அடங்கிய பொழுது, ஒரு குட்டி ஆட்டை தோளில் சுமந்தவாறு, மேகத்தில் இருந்து வெளிப்படும் சூரியனைப் போன்ற பிரகாசத்துடன் புத்தர் மெதுவாக நடந்து வந்து கொண்டிருந்தார். அவருக்குப் பின் அவரின் சீடர்கள் வரிசையாக அவரைப் பின் தொடர்ந்து வந்து கொண்டிருந்தனர்.[18] புத்தரின் தலை தெரிந்ததும், விலங்குகள் பலி கொடுக்கும் நிகழ்வு தானாகவே நின்று போனது.

மகத அரசன் பிம்பிசாரன் தனது முன்னோர்களின் நலனுக்காக நடத்திக் கொண்டிருந்த யாக வேள்விக்கு நேராகவும் அரசன் பிம்பிசாரரின் நேருக்கு நேராகவும் புத்தர் தன் தோளில் ஆட்டுக்குட்டியைச் சுமந்தவாறே நின்று கொண்டிருந்தார் அவரையும் அங்கு நடைப்பெற்றுக் கொண்டிருந்த வேள்வியைச் சுற்றிலும் புத்தரின் சீடர்களும் வேள்வி நடைபெறும் இடத்தைச் சுற்றிலும் வேலியைப் போல் நின்றுக்கொண்டனர். அரசனிடம் கால்நடைகளைப் பறிகொடுத்த உழவர்களும் ஒரு திசையில் நின்றுகொண்டு அங்கு நடக்கும் நிகழ்வை ஆர்வத்துடன் காணத் தயராயினர். கால்நடைகளும் தங்களை புத்தர் நிச்சயம் காப்பாற்றுவார் என்ற நம்பிக்கையில் புத்தருக்குத் தங்களின் தலையையும் வாலையும் அசைத்து வந்தனம் தெரிவித்தன. அங்கு நடைபெற்ற உரையாடலைச் சற்று பார்ப்போம்.

---

18. ஆசிய ஜோதி நூல்

புத்தர் தன் தோளில் சுமந்திருந்த கால் ஒடிந்த ஆட்டுக் குட்டியை இறக்கி விட்டதும், அது ஆடுகளின் கூட்டத்திலிருந்த தன் தாய் ஆட்டுடன் சென்று மகிழ்வோடு சேர்ந்துக் கொண்டது.

பிம்பிசாரர்: உயர்வெய்திய ஞானம் பெற்ற புத்தரை வணங்குகின்றேன்.

புத்தர்: மங்கலம் உண்டாகட்டும். இங்கு என்ன நடக்கின்றது என்பதை நான் அறிந்து கொள்ள அனுமதியுண்டா மகத அரசரே.

பிம்பிசாரர்: மீண்டும் ஒரு முறை உயர்ஞானம் பெற்ற புத்தரை வணங்குகின்றேன். தாங்களும் என்னைப்போல் ஒரு அரசரின் மகன் மேலும் இப்பூவுலகின் மக்களின் நல்வாழ்வுக்காகவும், மகிழ்வுக்காகவும் அரசு, மனைவி, மக்கள் என அனைத்தையும் துறந்து துறவியானவார், தாங்கள் என் முன்னோர்களின் நலனுக்காக நான் நடத்தும் இந்த வேள்வியில் கலந்து கொண்டது என் பெரும் பாக்கியம். இந்த வேள்வி என் குடும்பத்து முன்னோர்களின் சொர்க்க வாழ்வுக்காக நடத்தப் படுகின்றது எனப் பணிவுடன் பதிலளித்தார்.

புத்தர்: எனில் இங்குப் பலியிடப்படும் விலங்குகளான ஆடு, மாடு, குதிரை, போன்றவைகளுக்கும் தங்கள் குடும்பத்தில் இருந்து இறந்தவர்களுக்கும் ஏதாவது சம்பந்தமுண்டா மகத அரசே

பிம்பிசாரர்: உயர்ஞானம் எய்தியவரே, எனக்குத் தெரிந்த வகையில் இல்லை, தாங்கள் ஏதாவது கூறினாலும் அதை மறுப்பின்றி ஏற்கின்றேன்.

புத்தர்: மகத அரசே, எனக்குத் தெரிந்த வகையில் தாங்களும் தங்களின் முன்னோர்களும், மனித இனத்தைச் சேர்ந்தவர்கள், அவர்களின் சொர்க்க வாழ்வுக்காக, வாயில்லாத, அறிவிலும் சமமில்லாத கால்நடைகளைப் பலி கொடுப்பது எந்த வகையில் உதவும் என எனக்குத் தெரியவில்லை,

பிம்பிசாரர்: எல்லையில்லாத ஞானத்தைப் பெற்று, இந்த மக்களுக்கு அதை உபதேசித்து அவர்களையும் புத்தர்களாக உயர்த்தும் எண்ணம் கொண்ட உத்தமரே, என்னைப் போல் அரசராக நீங்கள் இருந்திருந்தால் இந்த உலகின் பேரரசராக உயர்ந்திருப்பீர்கள். ஒரு வேலை நான்கூட தங்களுக்குக் கீழ்ப்படிந்த அரசராக இருந்திருக்கலாம், ஆனால் எங்களை ஞானத்தில் உயர்ந்தவர்களாக உயர்த்த நீங்கள் பெரு முயற்சி எடுத்துக் கொண்டிருக்கின்றீர்கள் என்பதை நான் அறிவேன். எனவே தங்களின் கேள்விகளுக்கு நான் பதில் அளிக்க

மிகு கடமைப்பட்டவனாகின்றேன். என் முன்னோர்களுக்கும் இங்கே பலி கொடுக்கப்படும் விலங்குகளுக்கும் எந்தச் சம்பந்தமும் இல்லை என்பதை நான் நன்கு உணர்கின்றேன்.

எனது அமைச்சர் இந்தத் திட்டத்தை முன் மொழிந்தார், ஒரு அரசன் என்ற வகையில் அமைச்சரின் ஆலோசனையை ஏற்று செயல்படுத்தினேன். இருந்தும் தங்கள் கேள்விக்கான பதில் ஒரு வேலை என் அமைச்சரிடம் இருக்கலாம் அவரைத் தங்களது கேள்விக்குப் பதிலளிக்க ஆணையிடுகின்றேன் என்று தன் பதிலையும் பணிவையும் ஒரு சேர புத்தருக்கு உணர்த்தினார் மகத அரசர் பிம்பிசாரர்.

அமைச்சர்: தம்ம நாயகன், பேராசான் புத்தரை வணங்குகின்றேன்.

புத்தர்: அமைச்சரே இங்குப் பலியிடப்படும் விலங்குகளுக்கும், மன்னர் பிம்பிசாரரின் உறவினர்களுக்கும் ஏதேனும் தொடர்பு உண்டா, இங்கிருக்கும் உங்கள் அரசர், உழவர்கள் மற்றும் பிக்குகளுக்கு மனிதர்கள் சொர்க்கம் செல்ல இந்த யாகத்தில் பலியிடப்படும் ஆடுகளும், மாடுகளும் எந்த வகையில் உதவுகின்றது என்பதை விளக்கமாக கூற இயலுமா.?

அமைச்சர்: சங்கங்களுக்கெல்லாம் தலைவரே, இங்குள்ள விலங்குகளைப் பலியிடப்படும் போது அவைகள் சொர்க்கத்துக்குச் செல்கின்றன என்பதற்காக இந்த யாகம் நடத்தப்படுகின்றது. என் பிராமணர்கள் சொல்வதைக் கேட்டு இந்த யாகத்தை நடத்த அரசரிடம் பரிந்துரைத்தேன்,

புத்தர்: நான் உங்களுக்குப் புரியும் வகையில் ஒன்று சொல்கின்றேன், மனிதர்கள் சொர்க்கம் செல்ல வேண்டும் எனில் மனிதர்களைத்தானே பலியிட வேண்டும், ஆடு மாடுகளை ஏன் பலியிட வேண்டும். உதாரணமாக உங்கள் தந்தை சொர்க்கம் செல்ல வேண்டும் எனில் உங்களைத்தானே பலியிட வேண்டும் அல்லது உங்கள் தந்தையை இந்த வேள்வியில் பலியிட்டால் அவர் நேராக சொர்க்கம்தானே செல்வார். ஏன் உழவர்களின் தொழிலுக்கும் வாழ்வாதாரத்துக்கும் உதவியாக இருக்கும் விலங்குகளைப் பலியிட வேண்டும் என்றார்.

புத்தரின் இந்தக் கேள்வியை சற்றும் எதிர்பாராத அமைச்சர் திடுக்கிட்டுப் போனார். அவருக்குள் பயம் உறைந்து நின்றது, பயத்தில் விழிப்பிதுங்க, மன்னரையும், மக்களையும், பிக்குகளையும் சுற்றிச் சுற்றிப் பார்த்து நின்றார். அதே நேரத்தில் புத்தர் அங்கு

நடத்திக் கொண்டிருந்த பொது விசாரணையைப் பார்ப்பதற்காக புத்தரைப் பின் தொடர்ந்து வந்து கொண்டிருந்த மக்களும் வந்து சேர்ந்திருந்ததால், மக்களின் எண்ணிக்கை அதிகமாகி இருந்ததையும் அப்போதுதான் அமைச்சர் கவனிக்கின்றார். மக்களும் மனிதர்கள் சொர்க்கம் செல்ல மனிதர்களைத்தானே பலியிட வேண்டும் என்றதற்கு மக்களும் பலமாக ஆமோதித்து, “ஆமாம், ஆமாம், ஆமாம்” என்று சத்தமிட்டு அதை ஆமோதித்ததையும் பார்த்துச் சற்றுப் பின்வாங்கி, பின்னர் இவ்வாறு கூறினார்.

அமைச்சர்: பகவானே, வேள்வி மந்திரங்கள், மற்றும் சொர்க்கம் நரகம் குறித்து அதிகமான விவரங்கள் எனக்குத் தெரியாது என்பதால் இந்த யாகத்தை தலைமையேற்று நடத்தும் உருவில்லா நகரத்து காச்யபர் என்னும் பிராமணரைத் தங்கள் வினாக்களுக்குப் பதிலளிக்க நான் அழைக்க எனக்கு அனுமதி அளிக்கப்படுமா? என மிகப் பணிவுடன் வினவினார். புத்தர் தலையசைப்பில் தன் அனுமதியை வெளிப்படுத்துகிறார்.

இதைக் கேட்டுக் கொண்டும் பார்த்துக் கொண்டும் இருந்த அந்த யாகத்தை நடத்திய தலைமை பிராமணரான காச்யபர், புத்தரின் கேள்விகளுக்குப் பதில் அளித்து விட்டால் அவரது தலைமையிலேயே இன்றைய யாகத்தை நிறைவு செய்து விடலாம், புத்தரின் தலைமையில் யாகத்தை நிறைவு செய்த புகழும் பெருமையும் நமக்குக் கிடைக்கும் என்னும் நம்பிக்கையில் புத்தரின் கேள்விகளுக்குப் பதிலளிக்க நம்பிக்கையுடன் முன் வந்து நின்றார். அவரைப் பார்த்ததும் புத்தர் மிக இயல்பாக அவரிடம் கேட்டார்,

புத்தர்: இங்கு நடப்பது எந்த வகையான யாகம்,

காச்யபர்: இங்கு நடப்பது 23 வகையான உயிரினங்களைப் பலியிட்டு, பிம்பிசார மன்னரின் முன்னோர்களை மன நிறைவு பெற்றுச் சொர்க்கத்துக்கு அனுப்புவதற்க்கும், மகத மன்னரைப் பேரரசராக உயர்த்தி நீண்ட நாட்கள் உயிர்வாழ செய்வதற்க்குமான யாகம் என்றார்.

புத்தர்: இந்த யாகத்தில் பலியிடப்படும் விலங்குகளின் இறைச்சியை என்ன செய்வீர்கள்,

காச்யபர்: யாகம் முடிந்ததும் இந்த யாகத்தை நடத்திய பிராமணர்கள் அனைவரும் சமமாக பங்கிட்டுக் கொள்வோம்,

புத்தர்: பங்கிட்டு என்ன செய்வீர்கள்,

காச்யபர்: நாங்களும் எங்கள் குடும்பத்தினரும் உண்போம், மீதமிருப்பதை எங்கள் உறவினர்களுக்குக் கொடுத்து அனுப்புவோம், சில வேலைகளில் நாங்களே அவர்களிடம் கொடுத்து விடுவோம், சில வேலை அவர்களே வந்து பெற்றுச் செல்வர் இது வழமையாக எங்களுக்குள் நடக்கும் முறை இதை யாருக்காகவும் நாங்கள் மாற்றிக் கொள்ள இயலாது.

புத்தர்: அதற்குப் பிறகு என்ன செய்வீர்கள்

காச்யபர்: மது அருந்தி மகிழ்ந்திருப்போம்.

புத்தர்: அவ்வாறெனில் நீங்கள் உணவாக எடுத்துக் கொள்ளாத எந்த உயிரையும் யாகத்தில் பலியிட மாட்டீர்கள் அப்படித்தானே?

காச்யபர்: ஆம்,

புத்தர்: நீங்கள் உணவாக உட்கொள்ளும் விலங்குகள் உங்களுக்கும் உங்கள் உறவினர்களுக்கும் ஏதேனும் தீங்கிழைத்தவைகளா?

காச்யபர்: ஒரு போதும் இல்லை.

புத்தர்: நீங்கள் உணவாக உட்கொள்ளும் இந்த விலங்குகள் உற்பத்தி, பராமரிப்பு, பாதுகாப்பு மற்றும் வாழ்நாள் பயன்களில் உங்கள் பங்களிப்பு எதாவது இருக்கின்றதா?

காச்யபர்: இல்லை.

புத்தர்: நீங்கள் உணவாக உட்கொள்ளும் இந்த விலங்குகள் வாழ்வோடு தொடர்புடைய உழவர்களுக்கு நீங்கள் ஏதாவது இழப்பீடு எப்போதாவது வழங்கியிருக்கின்றீர்களா?

காச்யபர்: இல்லை.

புத்தர்: அப்படியெனில் அவர்களுக்கு எப்போதாவது நன்றியாவது சொல்லியிருப்பீர்களா.?

காச்யபர்: பிராமணர்கள் எவர்களுக்கும் நன்றி சொல்லும் பழக்கம் கிடையாது. குறிப்பாக சூத்திரர்களுக்கும் பஞ்சமர்களுக்கும்.

புத்தர்: நீங்கள் நடத்தும் யாகத்திற்காக காடுகள் அழிக்கப்படுகின்றதே அது குறித்து எப்போதாவது கவலைப்பட்டதுண்டா.?

காச்யபர்: இல்லை

புத்தர்: உங்கள் வாழ்நாளில் யாகத்திற்காக வெட்டப்படும் மரங்களுக்குப் பதிலாக புதிய மரக்கன்றுகளை எப்போதாவது நட்டிருப்பீர்களா?

காச்யபர்: கவுதமரே, எங்களின் பணி, யாகம் இயற்றுவது, வேதம் ஓதுவது, இதைத்தவிர வேறு ஒன்றும் இல்லை.

புத்தர்: நீங்கள் யாகத்தில் பலி கொடுக்கப்படும் உயிரின் உடல் தீயில் கருகியிருக்க இந்த யாகத்தினால் என்ன பயன் விளையும் என்று சொல்ல இயலுமா பிராமணரே,

காச்யபர்: இந்த யாகத்தில் பலியிடப்படும் விலங்குகளின் ஆன்மா, நாங்கள் சொல்லும் மந்திரங்களைத் தாங்கிக் கொண்டு சொர்க்கத்திற்குச் செல்லும்.

புத்தர்: மகிழ்ச்சி பிராமணரே, ஆன்மாவில், விலங்குகளின் ஆன்மா, மனிதர்களின் ஆன்மா என வேறுபாடுகள் உண்டா?

இந்தக் கேள்வி பிராமணரையும், பிம்பிசாரர், அமைச்சர், மற்றும் பொதுமக்கள் என அனைவரையுமே தினற அடித்து விட்டது.

காச்யபர்: உண்டு, விலங்குகளின் ஆன்மாக்கள் பாவ ஆன்மாக்கள், மனிதர்களின் ஆன்மாக்கள் புன்னிய ஆன்மாக்கள். கடந்த பிறவிகளில் மனிதர்களாக பிறந்தவர்கள் தங்கள் பாவத்தின் பயனாக மீண்டும் விலங்குகளாகப் பிறக்கின்றனர், புன்னியத்தின் பலனாக மனிதர்களாகப் பிறக்கின்றனர். ஆனால் பிராமணர்கள் மட்டுமே, எல்லாப் பிறவியிலும் பிராமணர்களாகவே பிறக்கின்றனர் எனக் கொஞ்சம் பெருமையோடு முடித்தார். அவரின் இந்த பதிலை கேட்டதும் புத்தர் மெல்லிய புன்முறுவல் பூத்தார்.

புத்தர்: புன்னிய ஆன்மாக்களை மேலும் புன்னிய ஆன்மாக்களாக மாற்ற பாவ ஆன்மாக்களை யாகத்தில் பலி கொடுப்பது எந்த வகையில் சரியாக இருக்கும். பாவப்பட்ட ஆன்மா கொண்ட மனிதர்களைச் சொர்க்கத்திற்கு அனுப்ப மிகு புன்னிய ஆன்மாவான பிராமணர்களை யாகத்தில் பலி கொடுப்பதுதானே சரியான முறை, இதை விடுத்து விலங்குகளைப் பலிகொடுப்பது எப்படிச் சரியான முறையாக இருக்கும் எனப் புன்னகையோடு கேட்டார் புத்தர்.

இந்தப் பதிலைக் கேட்டதும், கூடி இருந்த பெருங்கூட்டம்

ஆரவாரத்துடன் கூச்சலிட்டது, "புத்தர் மிகச்சரியாகக் கூறுகின்றார். புத்தர் சரியாகச் சொன்னார். புத்தர் சரியாகச் சொன்னார்." என்று. மக்களும் பிராமணர்களை யாகத்தில் பலி கொடுங்கள், பிராமணர்களை யாகத்தில் பலி கொடுங்கள், எங்கள் ஆடு மாடுகளை பிராமணர்களிடம் இருந்து காப்பாற்றுங்கள், காப்பாற்றுங்கள் எனக் கூக்குரலிட்டனர். புத்தரின் கேள்வியையும் காச்யபரின் பதிலையும் கூர்ந்து கவனித்துக் கொண்டிருந்த மகத அரசர் பிம்பிசாரர் பின்வறுமாறு கூறுகின்றார்.

பிம்பிசாரர்: என் முன்னோர்களின் நலனுக்காக நடத்தப்பட்டதாகக் கூறப்படும் இந்த யாகத்தை நான் இத்துடன் நிறுத்துகின்றேன். உயர்ஞானம் எய்திய புத்தரின் கேள்வியை உங்களைப் போலவே நானும் மிகச்சரியாக உணர்கின்றேன். நாளை எனது அரசவையில் இந்த விசாரணையை தொடர்ந்து நடத்த உயர்ஞானம் எய்திய புத்தரை பனிந்து கேட்டுக் கொள்கின்றேன் என்றார்.

மேலும் ஞானம் பெற்றவரான புத்தரின் கேள்விகளுக்குப் பிராமணர் பதிலளிக்க வில்லையெனில் மக்கள் கருத்துக்கு மதிப்பளித்து இடையில் நின்றுபோன யாகத்தை நிறைவு செய்ய ஆணையிடுவேன். உழவர்களிடம் இருந்து பறிமுதல் செய்த கால்நடைகளை உழவர்களிடமே மீண்டும் ஒப்படைக்க உத்தரவிடுகின்றேன். என அறிவிக்கத் தங்களின் அனுமதி வேண்டும் என்று புத்தரிடம் பணிந்து நின்றார் மகத அரசர். மங்கலம் உண்டாகட்டும் என அவருக்கு அனுமதி வழங்கினார் புத்தர். இவ்வாறு அன்றைய விவாதத்தை முடித்து வைத்தார் புத்தர்.[19,20,21,22,23]

அடுத்தநாள், பிம்பிசாரரின் அரசவையில், மகத தேசத்தின் மக்கள் பெருந்திரளாக வந்து கலந்து கொண்டனர். அரண்மனையில் அரசவை மண்டபத்தில் மக்களின் கூட்டம் பெருந்திரளாக திரண்டு வந்திருந்தது. புத்தரின் சீடர்களும், சீடராக நினைத்துக் கொண்டிருந்தவர்களும், ஒரு முறையாவது புத்தரைத் தரிசிக்க வேண்டும் என்னும் எண்ணம் கொண்ட பொதுமக்களும், ஆண்களும் பெண்களும். அரசவையில் பெருந்திரளாக அரசவையில் வந்து குவிந்திருந்தனர். புத்தர் பிம்பிசாரரின் அரசவையில் பொது விசாரனை நிகழ்த்துகின்றார் என்ற செய்தி காட்டுத்தீ போல் மகத அரசு மற்றும் பக்கத்து நாடுகளிலும் பரவியிருந்ததால், மக்கள் அந்த பொது விசாரனையைக்

---

19. ஆசியஜோதி
20. அங்குத்தர நிகாயம்
21. சம்யுக்த நிகாயம்
22. சுத்த நிபாதம்
23. *http://tamilenkalmoossu.blogspot.in/2012/03/7.html*

கேட்ப்பதற்காகவும், புத்தரைப் பார்ப்பதற்காகவும் பெருந்திரளாக வந்து குவிந்த வண்ணமாக இருந்தனர்.

மகத அரசர் பிம்பிசாரருக்கு இணையான அரியணையில் உயர்ஞானம் எய்திய புத்தர் ஞானச்சூரியனாய் அமர்ந்திருந்தார். அவருக்குப் பக்கத்தில் காச்யபர் கணத்த மௌனத்துடன் அமர்ந்திருந்தார். இதைப் பார்த்த மக்களுக்கு ஒரு பெரும் சந்தேகம் உள்ளுக்குள் எழுந்தது, புத்தரோடு காச்யபர் சேர்ந்தாரா, அல்லது காச்யபரோடு புத்தர் சேர்ந்தாரா, அல்லது மகத அரசர் நேற்றுச் சொன்னது போல், யாகத்தில் காச்யபரோடு சேர்ந்து, யாகம் செய்த அனைத்து பிராமணர்களையும் பலியிடுவாரா என்னும் பெருங்குழப்பத்தில் அவர்கள் தங்களுக்குள் சத்தமின்றி பேசிக் கொண்டிருந்தனர்.

இவர்களோடு பிராமணர்களும் தங்களுக்கு என்ன நிகழுமோ என்று புரியாத குழப்பத்தில் புத்தரையும் காச்யபரையும் மாறி மாறிப் பார்த்துக் கொண்டனர். தங்களுக்கு எதுவும் நிகழக்கூடாது, தங்களைப் பலியிட அரசர் ஆணையிடக்கூடாது என தங்களுக்குத் தெரிந்த மந்திரங்களையும் கண்ணுக்குத் தெரியாத கடவுளையும் வேண்டிக்கொண்டிருந்தனர். புத்தரும் மகத அரசரும் அமைதியாக இவை அனைத்தையும் கவனித்துக் கொண்டிருந்தனர்.[24]

மகத அரசர் பிம்பிசாரர், புத்தரை வணங்கி, தமது விசாரணையைத் தொடர கேட்டுக் கொண்டார். அவரும் அவரின் வணக்கத்தை ஏற்று, எழுந்து நின்று ஒரு கணம், அங்குத் திரண்டிருந்த மக்களையும், பிராமணர்களையும், பிக்குகளையும் பார்த்து, இனிமையான குரலில் கம்பீரமாக,

உருவெல்ல காச்யபரே, என்னைப் பொருத்தவரை விலங்குளும் மனிதர்களைப் போல சமமாக பாவிக்கத்தக்க உயிரினங்களே, யாகங்களில் அளவுக்கு அதிகமான விலங்குகளைப் பலியிடுவதால், ஒரு தேசத்தின் பொருளாதாரம் பாதிக்கப்படுகின்றது, உழவுத் தொழில் பாதிப்படுகின்றது, மக்களை வறுமை சூழ்கின்றது, ஒரு அரசரின் மீது மக்களுக்கு இருக்கும் நம்பிக்கை குறைகின்றது, யாகங்களுக்கு எரியூட்ட விறகுகளுக்காக, மரங்கள் வெட்டப்படுவதால், வனங்களில் மரங்களின் எண்ணிக்கை குறைகின்றது, அதனால் மழைபொழிவும் குறைந்து நாட்டில் வறட்சிக்கு யாகங்கள் காரணமாக இருக்கின்றது. மேலும் யாகங்களினால் போரில் வெற்றி கிடைக்கும் என அரசர்களின்

24. புத்தரும் அவர் தம்மமும் . பீ.ஆர். அம்பேத்கர். தமிழில் சித்தார்த்தா. பக்கம் 123

ஆசை தூண்டப்படுவதால், மண்ணாசை மன்னர்களுக்குள் பேராசையாக விதைக்கப்பட்டு போர் உண்டாகின்றது, போரினால் என்னிலடங்கா மக்கள் பலியாகின்றனர். கை கால்களை, கண்களை இழந்து ஊனமாகின்றனர். யாகங்களால் , பொதுமக்களுக்கும், சமூகத்துக்கும் மன்னர்களுக்கும் துன்பமே உருவாகிறது. எந்த விதமான நன்மையும் பலனும் ஏற்படுவதில்லை எனத் தெளிவாக அனைவருக்கும் புரியும்படி தொலை நோக்குப் பார்வையோடு புத்தர் பதிலுரைத்தார்.

மாறாக யாகங்களைச் செய்வதால் பிராமணர்களுக்குக் கிடைப்பது எந்தவிதமான உடலுழைப்பும் செலுத்தாமலே விதவிதமான விலங்குகளின் இறைச்சிகள் கிடைக்கின்றன. ஆடல்பாடல் மேலும் பெண்களின் களிநடனம், காம வேட்க்கையைத் தூண்டும் மதுபானங்கள் மற்றும் சமூக ஒழுங்கை மீறும் வாழ்க்கை முறை, முதலானவையும் கிடைக்கின்றன. இவற்றைத் தவிர இதனால் கிடைப்பது வேறு எதுவும் இல்லை, என காச்யப்பரைப் பார்த்து புத்தர் கூறினார்.

கனத்த மௌனத்துடன் தன்னைச் சுற்றி நடக்கும் அனைத்தையும் உணர்ந்தவாறே, தனது மேலங்கியை பிக்குகளைப் போல் ஒரு புறமாக சரித்த உருவெல்லா நகரத்தைச் சேர்ந்த காச்யபர் என்னும் பிராமணர், புத்தரின் பாதத்தை 3 முறை பிக்குவைப் போல் தலை சாய்த்து பணிந்து "இவ்வாறு உரைத்தார். இன்றிலிருந்து எனது ஆசான் வணக்கத்துக்குரிய முதன்மைத் துறவி புத்தர் அவர்களே. அவர் வேள்வி, மற்றும் யாகங்களை குறித்து கூறிய அனைத்தும் உண்மையே. இன்றிலிருந்து நானும் என்னைச் சேர்ந்தவர்களும், புத்தரின் சீடர்களாகின்றோம். என பதில் உரைத்தார்.[25]

தங்களின் உயிர் தப்பிய மகிழ்ச்சியில் அங்கு வந்திருந்த பிராமணர்களும், வேண்டுதலை நிறுத்தி விட்டு, புத்தரின் பாதம் பணிந்து தங்களையும் புத்தரின் சீடர்களாக இணைத்துக் கொண்டனர். அதன் பின் மகத அரசன் பிம்பிசாரரும் புத்தரின் பாதம் பணிந்து தம்மை புத்தச் சமயத்தில் இணைத்துக் கொண்டு தன் மகத தேசத்தில் யாகங்கள், வேள்விகள் நடைபெற தடைவிதித்தார்.[26] பார்ப்பணியத்தின் வேள்வி, யாகங்களுக்கு எதிரான சமூக, பொருளாதாரா, அரசியல், சூழலியல் நோக்கில், புத்தரும், பௌத்தமும் தொடுத்த முதல் தாக்குதல் இதுவாகும்.

---

25. புத்தரும் அவர் தம்மமும் . பக்கம் 124
26. புத்தரும் அவர் தம்மமும். பக்கம் 125

இரண்டாவதாக, கோசல தேசத்தின் மன்னன், பிரஸ்ஸேனஜித் புத்தர் கோசல ராஜ்ஜியம் சிரஸ்வதிக்குப் பயணம் மேற்கொண்டபோது, ஐந்நூறு எருதுகள், ஐந்நூறு ஆண் கன்றுகள், ஐந்நூறு பெண் கன்றுகள், மற்றும் ஐந்நூறு செம்மறியாடுகளைப் பலியிடக்கூடிய பெரும் யாகத்தைத் தொடங்கியபோது, பிம்பிசாரரின் வேள்வியைத் தடுத்து நிறுத்தியது போலவே தடுத்து நிறுத்துகின்றார்.[27,28]

(சண்டிகார் அருங்காட்சியகத்தில் உள்ள புத்தரின் சிலை, பிராமணர்கள் வழிபாடு நிகழ்த்துவது சிலையாக்கப்பட்டிருக்கின்றது)

உக்கடசாரிரர் என்ற பணக்காரப் பார்ப்பணர் ஏராளமான விலங்குகளைப் பலியிடக்கூடிய ஒரு வேள்விக்கு ஏற்பாடு செய்து கொண்டிருப்பதாகவும், அவரை புத்தரும் புத்தரின் சீடர்களும், சுற்றிச்சூழ்ந்து பொது விசாரனை பாணியில் அறிவுரைகள் கூறி யாகத்தைக் கைவிடச் செய்ததாகவும், யாகத்திற்காக கைப்பற்றியிருந்த விலங்குகளையும் விடுவிக்கச் செய்ததாகவும் அங்குத்தர நிகாயத்தில் கூறப்பட்டுள்ளது.

அதற்குப் பிறகு எங்கெல்லாம் யாகம் நடைபெறுகின்றதோ, அங்கெல்லாம் புத்தரும், புத்தரின் சீடர்களும் வரிசையாகச் சென்று யாகம் நடைபெறும் இடத்தைச் சூழ்ந்து நின்று கொண்டு, கேள்விகள் கேட்டனர். மக்களும் யாகத்தில் ஆடு மாடுகளை பலி

27. சம்யுக்த நிகாயம், 3.9.23, (தொகுதி —1 பக்கம் 74)
28. பவுத்தம் ஆரிய — திராவிடப் போரின் தொடக்கம். எழில். இளங்கோவன். பக்கம்.85

கொடுப்பதற்குப் பதில் பிராமணர்களைப் பலிகொடுங்கள், என்று தெளிவுபட கூறியதால், பிராமணர்கள் யாக வேள்விகளை நடத்த வழியில்லாமல் தங்களையும் தங்கள் குடும்பத்தையும் காப்பாற்றிக்கொள்ள காடுகளுக்கும், மலைகளுக்கும் புலம் பெயர்ந்து தலைமறைவான வாழ்வை மேற்கொண்டனர்.

வசதியான பிராமணர்கள் பலரும் ஒன்றுகலந்து புத்தருடன் சமரம் பேச, தேவஜானா என்ற இடத்தில் புத்தரை சந்தித்துப் பணக்காரருமான, மெத்தப் படித்தவருமான குடதந்தா, மற்றும் உஜ்ஜயா, உதயன் ஆகிய மூவரும் பிராமணர்கள் புத்தரிடம் தொடர்ந்து பிராமணர்கள் யாகம் நடத்துவதைப் புத்தச் சமயமும் புத்தரும் அனுமதிக்க வேண்டும் என்ற வேண்டுகோளை வைத்தனர் சமரசம் பேசினர்.[29,30] அவர்கள் மூவருமே ஒன்றாக யாகங்களைக் குறித்து தாங்கள் அறிந்துள்ளதை அறிய விரும்புகின்றோம் என்றனர். அப்போது புத்தர் அவர்களிடம் கூறியதாவது,

“பிராமண மதம் யாகங்களை அடிப்படையாகக் கொண்டது, அவை நித்தியம் என்றும், நைமித்தியம் என்றும் இரண்டு வகைப்படும். நித்திய யாகங்கள் என்பவை, பிராமணர்களின் தினசரி கடமைகளாகும், அவைகளைச் செய்வதால் பிராமணர்களுக்குப் பலன் கிடைத்தாலும் கிடைக்காவிட்டாலும் அவை தினசரியோ அல்லது குறிப்பிட்ட தினங்களிலோ, (அமாவசை, பௌர்ணமி, திதிகள்) நடத்தப்பட வேண்டியவையாகும். இவைகள் தொடர்ந்து நடைபெறுவதில் எனக்கு எந்தத் தடையும் இல்லை. அவை ஒரு தனிநபருக்கு அவர் சார்ந்த சமயத்தின் மீது கொண்டுள்ள நம்பிக்கையின் விளைவாக கடைபிடிக்க வேண்டிய சமய முறை. இதை பிராமணர்கள் செய்வதாலும், செய்யாமல் விடுவதாலும் சமூகத்துக்கு எந்த நன்மை தீமையும் ஏற்படுவதில்லை. என்றார்.

நைமித்திய யாகங்கள் என்பவை, தனிநபர்களின் விருப்பங்களை நிறைவேற்றிக்கொள்ள, பிராமணர்களால் நிகழ்த்தப்படுவதாகும். நைமித்திய யாகங்களோ, மது அருந்துதல், உயிர்கொலை செய்தல், கேளிக்கைகளில் ஈடுபடுதல், காணிக்கைகளைப் பெறுதல், ஆகியவற்றை உள்ளடக்கியதாகும். இவைகள் தனிப்பட்ட பிராமணர்களின் பேராசைகளின் காரணமாக நிகழ்த்தப்படுகின்றன. இவ்வாறு

---

29. புத்தநெறி, கேப்டன்.எஸ்.கலியபெருமாள். பக்கம் 44
30. பசுவின் புனிதம் மறுக்கும் ஆதாரங்கள். டி.என்.ஜா. — தமிழில் வெ.கோவிந்தசாமி. பக்கம். 43
31. புத்தரும் அவர் தம்மமும். பீ.ஆர். அம்பேத்கர். தமிழில். பெரியார்தாசன். பக்கம் 227

சுயநலத்தின் காரணமாகவே நிகழ்த்தப்படும் நைமித்திய யாகங்கள் பிராமண மதங்களின் சடங்குகளாகவே கருதப்படுகின்றன.[31]

எனில் தாங்கள் ஆதரிக்கும் யாகங்களைக் குறித்து தங்களின் கருத்தை நாங்கள் அறிய விரும்புகின்றோம் என்றார் குடதண்டர், அவரின் வினா முடிவதற்கு முன்பாகவே, பகவான் புத்தர் இவ்வாறு பதிலளித்தார். "யாகங்கள் வீணானவை, மிருகங்களைப் பலியிடும் யாகங்கள் கொடியவை. யாகங்கள் சமயத்தின் ஒரு பகுதியாக இருக்க முடியாது. ஓர் உயிரைக் கொல்வதன் மூலம் நீ மோட்சத்திற்குச் செல்ல இயலும் எனக் கூறும் மதம் தீயது என்றார்.

மூவரும் ஒருமித்த குரலில் அவ்வாறெனில் நாங்கள் எந்த வகையான யாகத்தைத்தான் செய்வது என்றனர். புன்முருவலுடன் புத்தர் இவ்வாறு பதிலளித்தார். எருதுகளைப் பலியிடாத யாகம், ஆடுகளோ, பறவைகளோ, கொழுத்தப் பன்றிகளோ, உயிர் வாழும் விலங்கினங்களை எதையுமே பலியிடாத யாகம். தூண்களாய் பயன்படுத்த மரங்களை வெட்டாத யாகம். யாகம் நடத்தும் இடத்தைச் சுற்றிலும், கூரையின் மீது வேயப்படுவதற்காக தர்பைப் புல்லை அறுக்காத யாகம். தடியாலோ, அச்சத்தினாலோ விரட்டப்படாத பணியாளர்களும், தூதுவர்களும், அடிமைகளும், வேலையாளர்களும் கொண்டிருக்கும் யாகம். அவர்கள் தமக்குக் கட்டளையிடப்பட்ட பணியைக் கண்ணீருடனும், கவலை தோய்ந்த முகங்களுடனும் அழுதவாறும் புரியாத யாகம். உதவ விரும்புவோர், யாரும் உழைக்கலாம், உதவ விரும்பாத யாரும் உழைக்க வேண்டியதில்லை, அவரவர் தேர்ந்தெடுக்கும் பணியை அவரவர் புரியலாம். எண்ணெய், வெண்ணெய், பால், தேன், சர்க்கரை, ஆகியவற்றைக் கொண்டு நடத்தப்படும் யாகங்கள் இவைகளேப் பிராமணர்கள் செய்யத் தகுந்த யாகங்களாக நான் விரும்புவது என்று குடதண்டருக்கு கூறினார்.

கவுதமரே, விலங்குகளைக் கொன்று பலியிடுவதைவிடப் பயன்மிக்க, இலாபகரமான யாகம் ஏதேனும் இருக்கின்றதா என்றார் குடதண்டர். பிராமணர்களே கவனத்துடன் கேளுங்கள், ஒரு மனிதன் நம்பிக்கையுடன் கீழ்கண்ட 5 ஒழுக்க நெறிகளை ஏற்பானாகில் அதுவே மிகச் சிறந்த யாகமாகும் என்பது எனது கருத்து.

அந்தப் போற்றுதலுக்குரிய 5 ஒழுக்க நெறிகளை எங்களுக்கு உரைக்க வேண்டுகின்றேன் கவுதமரே என்றார் உஜயன் என்னும் பிராமணர்.

- விலங்குகளைக் கொல்லாதிருத்தல்

- பிறர் உடமைகளின் மீது ஆசையற்று இருத்தல், குறிப்பாக கொடுக்கப்படாத எதையும் எடுக்காது இருத்தல்.
- பிழையுறு காமத்தைத் தவிர்த்தல், மனைவியைத் தவிர்த்து மற்ற பெண்கள் மீது மோகம் கொள்ளாதிருத்தல்
- பொய் உரைத்தலைத் தவிர்த்தல். சுயநலத்துக்காவும், பிறரைத் துன்புறுத்துவதற்காகவும் பொய் பேசாதிருத்தல்
- மனதை மயக்கும் மது குடியினைத் தவிர்க்கும் செயல் ஆகிய இந்த ஐந்து ஒழுக்க நெறிகளே, எந்த வகையான யாகத்தை விடவும், பூதானம் அடிளிப்பதை விடவும், சடங்கு முறைகளை விடவும் சிறந்தது என்று. கவுதமர் கூறுகிறார்.

இதைக் கேட்டதும், குடதண்டர் அருமை கவுதமரே என்று வியந்து பாராட்டினார். மற்றவர்கள் பதில் ஏதும் சொல்ல இயலாமல் மவுனமாக இருந்தனர்.

பின்னர் புத்தரே தொடர்ந்து, 5 வகை ஒழுக்கத்தை விடவும் உயரிய வேள்வியை நிகழ்த்திய மகா விஜிதா என்னும் அரசனின் கதையைக் கேளுங்கள். என்று கூறினார். “அளவற்ற செல்வ வளமும் கருவூலமும் கொண்ட மகாவிஜிதா என்னும் அரசன் முன்னொரு காலத்தில் தனது நாட்டையும் மக்களையும் நேசித்து அன்பொழுக ஆண்டு வந்தார். தொடர்ந்து 3 ஆண்டுகள் நாட்டில் மழை இல்லாத காரணத்தால் வறட்சியும், காடுகளில் திருடர்களும் பெருகினர். இவற்றைப் போக்க, அந்த நாட்டில் இருந்த பிராமணர்கள் யாகங்களை நடத்தினால் மழை பொழியும், மக்களின் வறுமை நீங்கும் என ஆலோசனை வழங்கினர். அரசன் அதை கேட்கமறுத்து விட்டார்.

கொள்ளையர்களால் நாட்டின் அமைதி கெடுகின்றது, அவர்களைப்

பிடித்து, சிறையில் அடைத்துக் கொடுமையான தண்டனை அளிக்க வேண்டும் என்ற பிராமணர்களின் பரிந்துரைகளையும் ஏற்க மறுத்து, நாட்டில் உள்ள குடிமக்கள் அனைவருக்கும், தனது கருவூலத்தைத் திறந்து விட்டார், குடி மக்களுக்கு எத்தனை முறை வேண்டுமானாலும் தேவையான கோதுமை, மற்றும் நெல்மணிகளைப் பெற்றுக் கொள்ள வேண்டும் அன ஆணையிட்டார். பிடிபட்ட கொள்ளையர்களையும் மன்னித்து, அவர்களுக்கும் தானியங்களைத் தர உத்தரவிட்டார். இவ்வாறு மக்கள் அனைவருக்கும், தனது கருவூலத்தைத் திறந்து வைத்ததால் அவரது அளவற்ற செல்வமும், தானியக் களஞ்சியங்களும் மிக விரைவில் காலியானது.

அதற்குப் பின் சில ஆண்டுகள் கழித்து மழை பொழிந்த போது, மக்கள் அரசர் அளித்திருந்த தானியத்தைக் கொண்டு, விவசாயம் செய்தனர். அதன் பின் அறுவடை முடிந்ததும், அரசரிடம் இருந்து பெற்ற தானியங்களைத் திருப்பி தந்தனர். இதுவே நான் விரும்பும் யாகம்.[32]

பிராமணர்களே, கவனத்துடன் கேளுங்கள், மரங்களை வெட்டாத, உயிரினங்களை அழிக்காத, கொல்லப்படாத, பலியிடப்படாத யாகங்களை நான் ஆதரிக்கின்றேன். அவ்வகையான யாகங்கள் என்பதற்கு எடுத்துக்காட்டாக, ஊரெங்கும் நிறுவப்படும் அற நிலையங்கள், அனைத்து மக்களுக்கும் கல்விக் கற்பிக்கும் கல்விக் கூடங்கள், இல்லறச் செழுமைக்கா இயற்றப்படும் அறச்செயல்கள் ஆகியவற்றையே நான் யாகங்களாகப் போற்றுகின்றேன் என்றார்.[33,34]

"நம்முடையப் பெற்றோர்களையும், சுற்றத்தினரையும் போலவே, தாவரங்களும், கால்நடைகளும் நமக்குப் பெரும் நண்பர்கள்தான். அவை, நமக்கு உணவு, வலிமை, அழகு, மகிழ்ச்சி, ஆகியவற்றைத் தருகின்றன என்று கூறியவர் பகவான் புத்தர். அவரின் இந்த போதனையைக் கேட்டப் பிறகு வேள்விகளும் யாகங்களும் முற்றிலுமாக நின்று போயின.[35] இந்தக் காரணத்தாலேயே, வரலாற்று ஆய்வாளர்கள் புத்தச் சமயத்தை தாவரங்கள், வனங்கள் மற்றும் விலங்குகளின் பொற்காலம் என அழைக்கின்றனர்.

---

32. குதண்ட சுத்தம்

33. புத்தரும் அவர் தம்மமும். பக். 231

34. குடதண்ட சுத்தம்

35. சுத்த நிபானம், 13—14 பக்கம். 58 (தரவு 29, மற்றும். 30 க்கான மேற்கோள்கள் பசுவின் புனிதம் மறுக்கும் ஆதாரங்கள் . ஜே.என் ஜா. தமிழில் வெ.கோவிந்தசாமி நூலில் இருந்து எடுக்கப்பட்டது.)

சுற்றுச்சூழல் நோக்கில் புத்தரின் போதனைகள்

பகவான் புத்தரின் போதனைகளை நாம் தமிழில் **தம்மம்** என்று அழைக்கின்றோம். உலகம் முழுவதிலுமுள்ள புத்தச் சமயத்தினரும் பாலி மொழியில் தம்மா என்றே அழைக்கின்றனர். பகவான் புத்தரின் போதனைகள் தம்மம் என்னும் குடையின் கீழே அடங்குகின்றன. தம்மம் என்பது உண்மை, (உண்மை என்பதற்கான விளக்கம் எப்போதும் மாறாதது என்கின்றார் பகவான் புத்தர்) உண்மை என்பது அறம் (தம்மம்) சார்ந்த கோட்பாடுகள், அறம் சார்ந்த விழுமியங்கள், அறம் சார்ந்த வாழ்க்கை நெறி, அல்லது வாழ்க்கை முறை இதுவே தம்மம்.

தம்மத்தை வழி நடத்திச் செல்வது மனம், ஆயினும் எப்போதும் மனித மனம் நமது ஐம்புலன்களைச் சார்ந்தும், உந்தப் படுவதாகவும், அதன்வழி செல்வ தாகவும் உள்ளது. மனதை அகச்சூழல் மற்றும் புறச்சூழல்கள்

வழிநடத்திச் செல்கின்றன. அகச்சூழல் என்பது நமக்குள் வருகின்ற விருப்பு, வெறுப்பு, பகை, கோபம், காமம், ஆசை, பழி உணர்வு, போன்ற தீய நினைவுகளை அல்லது பிறருக்குத் துன்பம் தரும் எண்ணங்களை விடுத்து, நம் மனம் அமைதிபெறவும், அல்லது அடுத்தவர்களுக்குத் துன்பம் தராத நினைவுகளான, அன்பு, அமைதி, கருணை போன்ற உணர்வுகளைப் பின்பற்றி வாழ்தல் எனப் பட்டியலிடலாம். ஆயின் புத்தரின் போதனைப்படி புறச்சூழல் என்பது சுற்றுச்சூழலால் தீர்மானிக்கப்படுகிறது. இங்கே புத்தர் குறிப்பிடும் சுற்றுச்சூழல் என்பது சந்தேகமின்றி பல்லுயிரியம் பேணும் சுற்றுச்சூழலாகும்.

புத்தரின் போதனைகளுக்குச் சுற்றுச்சூழல் சார்ந்து விளக்கம் அளிக்க விரும்புகின்றேன். ஏனெனில் ஆரம்பத்திலிருந்தே புத்தரின் போதனைகள் சுற்றுச்சூழலையும் சேர்த்தே நமக்கு போதிக்கின்றன. அதன்பிறகு அவருக்குப் பின் வந்த அவரின் சீடர்களும், அவர்தம் சமயமும் சுற்றுச்சூழலையும் சேர்த்தே நமக்குப் போதித்தனர். (புத்தர் மறைந்து 500 ஆண்டுகளுக்குப் பின் உருவான மகாயான புத்தச் சமயம்)

இங்கே ஒரு விஷயத்தை நாம் கவனத்தில் கொள்ள வேண்டும், வெளிநாடுகளில் உள்ள புத்த சமயத்தினருக்கும், இந்தியாவில் உள்ள புத்தச் சமயத்தினருக்கும் உள்ள வேறுபாடு. உலகம் முழுவதிலும் உள்ள (இந்தியாவைத் தவிர்த்த) புத்தச் சமயம் என்பது அனைவரையும் நம் சொந்த சகோதரனாக பாவிப்பது, இயற்கையோடு இணைந்த வாழ்க்கை முறையில் மன அமைதிபெற்று மகிழ்வோடு வாழ்விப்பது.

இந்திய புத்தச் சமயம் என்பது இந்து சமயக் கோட்பாடான மனிதர்களின் மீது திணிக்கப்படுகின்ற பிறப்பின் அடிப்படையில் அமைந்த பாகுபாடுகளான உயர்சாதி, கீழ்சாதி, தீண்டத்தகுந்தவன், தீண்டத்தகாதவன் போன்ற பாகுபாடுகளுக்கு எதிரான குரலையும், செயல்திட்டத்தையும் கொண்டது.

பிறப்பின் அடிப்படையிலான மனித பாகுபாடு என்பது இந்து சமயத்தின் முதன்மை வேதமான ரிக்வேதத்தின் ஒரு அத்தியாயமான புருஷசூக்தத்தில் சொல்லியுள்ளவாறு, பிரம்மாவின் தலையில் இருந்து பிறந்தவன் பிராமணன், இவரது தொழில் வேதம் ஓதுவது, பூஜை செய்வது, வேள்விகள், யாகங்கள் இயற்றுவது; பிரம்மாவின் தோளில் இருந்து பிறந்தவன் சத்திரியன் இவரது தொழில் போர்புரிவது; பிராமணர்களின் சொற்படி தேசத்தை ஆள்வது; பிரம்மாவின் தொப்புள் கொடியிலிருந்து பிரந்தவன் வைசியன் இவரது தொழில் வணிகம்

செய்தல், பிரம்மாவின் பாதங்களில் இருந்து பிறந்தவன் சூத்திரன் இவரது தொழில் வைசியன், சத்திரியன் மற்றும் பிராமணர்களுக்குத் தொண்டும் ஊதியமில்லாத ஊழியமும் செய்தல் என்று) வகுத்திருந்த சாதிய பிரிவினைகளை எதிர்த்து கௌதம புத்தர் குரல்கொடுத்து, சாதிய பாகுபாட்டை அழித்து மனிதர்கள் அனைவரும் பிறப்பின் அடிப்படையில் சமம் என்ற நிலையை உருவாக்கிய காரணத்தால், பிராமணர்களால் இந்தியாவிலிருந்து புத்தச் சமயம் வேரோடும் வேரோடி மண்ணோடும் அழிக்கப்பட்டது என்பது வரலாறு.

அதே நேரத்தில் இந்தியாவில் கௌதம புத்தர் எந்தக் காரணத்துக்காக புத்தச் சமயத்தை உருவாக்கினாரோ, அதே காரணத்தில் மனிதர்கள் அனைவரும் சமம், மனிதர்களுக்குள் தீண்டாமை வேறுபாடு இல்லை. தீண்டாமையைக் கற்பிக்கின்ற மதத்தில் இருந்து நாம் வெளியேறி சமத்துவத்தைப் போதிக்கின்ற புத்தச் சமயத்தைத் தழுவுவோம் என்ற முழக்கத்துடன் போதிசத்வா. அம்பேத்கர் 1956ஆம் ஆண்டு நாக்பூரில் பௌத்தம் தழுவியதால் மீண்டும் இந்தியாவில் பௌத்த மறுமலர்ச்சி உருவானது.

வெளிநாடுகளில் புத்தச் சமயத்தின் நோக்கம், மன அமைதி மற்றும் மனிதர்கள் அனைவரும் நம் சகோதரர்கள் என்னும் சகோதரத்துவ உணர்வாக இருப்பதால் சகோதரத்துவம் மனிதர்களில் இருந்து நீண்டு அல்லது நீட்சி பெற்று சூழலுக்கும் பொருந்தி, சூழலை வளர்கும் சமயமாக பரிணமிக்கின்றது.

நாம் இந்தியாவில் புத்தச் சமயத்தின் பணி, சாதிய பாகுபாட்டை ஒழித்து மனிதர்கள் அனைவரும் சமம் என்னும் சமத்துவம் வந்த பிறகே. சகோதரத்துவம் வரும் என்பதால் சமத்துவ நிலையில் நின்று கொண்டிருக்கின்றோம். மேலும் இந்திய புத்த சமயம் இந்து மதத்துக்கு எதிரான ஒரு அரசியல் துருப்புச் சீட்டாக பயன்படுத்தி வருகின்ற காரணத்தால் நாம் சுற்றுச்சூழல் நோக்கில் புத்தரின் போதனைகளைக் கவனிக்க தவறிவிட்டோம். சமத்துவம், சகோதரத்துவம், சூழலியம் எனச் சுற்றுச்சூழல் நோக்கில் புத்தச் சமயத்தை மற்றவர்களுக்குப் புரியவைப்பதே இந்தத் தொடரின் நோக்கமாகும்.

புத்தர் கண்டறிந்த 4 உன்னத வாய்மைகள்

- இந்த உலகில் மனிதர்களுக்குத் துன்பம் இருக்கின்றது
- இந்த உலகில் மனிதர்களுக்கு வரும் துன்பங்களுக்குக் காரணம் இருக்கின்றது

- இந்த உலகில் மனிதர்களுக்கு வரும் துன்பங்களை நீக்குவதற்கான வழி முறை உள்ளது
- இந்த உலகில் மனிதர்களுக்கு வரும் துன்பங்கள் நீங்கியது

இதுவே புத்தர் போதித்த நான்கு உன்னத வாய்மையாகும். *(four Noble Truth)* இது புத்தச் சமயத்தில் (தேரவாதம், மகாயானம், வஜ்ஜிரயானம்) எந்தப் பிரிவிலும் மாற்றம் இல்லாமல் அனைவரும் ஒப்புக்கொண்ட உண்மையாகும். இந்த நான்கு உன்னத வாய்மைகளைச் சுற்றுச்சூழலுடன் பொருத்திச் சொல்வதென்றால்

- இந்த உலகில் சுற்றுச்சூழல் பிரச்னை இருக்கின்றது
- இந்த உலகில் உள்ள சுற்றுசூழல் பிரச்சனைகளுக்குக் காரணம் இருக்கின்றது.
- இந்த உலகில் உள்ள சுற்றுச்சூழல் பிரச்சனைகளை நீக்குவதற்கானவழிகள் உள்ளது.
- இந்த உலகில் உள்ள சுற்றுச்சூழல் பிரச்சனைகள் நீங்கியது

இந்த நான்கு உன்னத வாய்மைகளையும் சுற்றுச்சூழல் நோக்கில் கொஞ்சம் விவரிப்பது வாசகர்களுக்கு நன்கு புரியும் என நினைக்கின்றேன்.

இந்த உலகில் சுற்றுச்சூழல் பிரச்னை இருக்கின்றது

இந்த உலகில் பல்வேறு சுற்றுச்சூழல் பிரச்சனைகள் உள்ளன அவை

1. புவி வெப்பமடைதல் காரணமாக உலகளாவிய காலநிலை மாற்றம்
2. வன வளங்களைக் குறைத்தல்
3. பல்லுயிர் வீழ்ச்சி
4. ஓசோன் அடுக்குத்துளை விரிவாக்கம்
5. கனிம வளங்களின் குறைவு
6. கழிவு அதிகரிப்பு
    - இரசாயனக் கழிவுகள்
    - கணினி கழிவுகள்
    - மின் கழிவுகள்
    - மருத்துவக் கழிவுகள்
    - நெகிழிக் கழிவுகள்

• தோல் தொழிற்சாலைக் கழிவுகள்

• சாயப்பட்டறைக் கழிவுகள்

7. அதிக மக்கள் தொகை
8. கடல் மாசுபாடு
9. கடல் நீர் மாசுபாடு
10. மண் மாசுபாடு
11. பாலைவனமாக்கல் நிகழ்வு
12. ஆயுத வணிகம் மற்றும் ஆயுதப்போட்டி மற்றும் உலக நாடுகளின் யுத்தம்
13. அணுக்கதிர் வீச்சு மற்றும் அணுஉலை ஆபத்துகள்
14. அணுக்கழிவு
15. அணுக்கழிவுகளை அகற்றுதல்
16. புறஊதா மற்றும் அகச்சிவப்பு கதிர்வீச்சு
17. நிலநடுக்கம்[36]

இந்த உலகில் உள்ள சுற்றுச்சூழல் பிரச்சனைகளுக்குக் காரணம் இருக்கின்றது.

புத்தர் கண்டறிந்த இரண்டாவது உண்மை இது. இந்த உன்னத உண்மையைச் சுற்றுச்சூழல் நோக்கில் சொல்வதென்றால், சுற்றுச்சூழல் சீர்கேடுகளுக்குக் காரணம் இருக்கின்றது. அந்த ஆபத்து நாம் வாழும் அல்லது நம்மைச் சுற்றியுள்ள ,இயற்கை சூழலைப் பாதிக்கின்றது அல்லது இயற்கை சூழலுக்கு அச்சுறுத்தும் செயல்பாடுகளாகும்.

இயற்கை வளச் சுரண்டல், ஓசோன் படலத்தில் ஓட்டை, புவி வெப்பமடைதல், பருவம் தவறி மழைபெய்தல், போன்ற மிக முக்கியத்துவம் வாய்ந்த சூழல் சீர்கேடுகளுக்குக் காரணங்களாக, கோபால்ட் தனிமம் மற்றும் கார்பன் டை ஆக்சைட் என்றழைக்கப்படும் சிளி2 வாயுக்களின் அதித பயன்பாட்டினால் புவியின் மேலடுக்கில் உள்ள ஓசோன் மண்டலத்தில் ஓட்டை விழுகின்றது என்கின்ற உண்மையை விஞ்ஞானிகள் 1960ஆம் வாக்கில் கண்டறிந்தனர். அதன்

36. . *Prof. Dr. Bikiram Prasad Barua in article " The Buddhist Perspective in Overcoming today's Environmental challenges for a better tomorrow" – Page – 113. Published by Bangaldesh.*

பிறகு மேற்கண்ட வாயுக்கள் மற்றும் தனிமங்களின் பயன்பாட்டைக் குறைக்க உலக நாடுகள் அவை மற்றும் பல்வேறு உலக அமைப்புகள் தீர்மானங்களாக பல்வேறு மாநாடுகளில் நிறைவேற்றுகின்றன.

மாறாக புவியின் பாதுகாப்புக்கு அச்சுறுத்தலாக இருக்கும் மேற்கண்ட கோபால்ட் தனிமம், மற்றும் கார்பன்டை ஆக்சைடு வாயுக்களை முற்றிலுமாக தடை செய்யாமல், குறைப்பதற்கான தீர்மானங்களை இயற்றுவதென்பது எந்த வகையில் ஓசோன் மாசுறுதல் மற்றும் ஓட்டையை சீரமைக்கும் செயல் என்பது கேள்விக்குறியே. ஏனெனில் இன்று உலகை ஆட்டிப் படைப்பவர்களும், உலகத்தின் பெருவளச் சுரண்டல்காரர்களும், பெருவணிகர்களுமே, இயற்கை சீர்கேடுகளுக்குக் காரணமாக இருக்கின்றார்கள். இவர்களின் வணிக பேராசையே இயற்கை சீர்கேடுகளுக்கும், இயற்கை சீர்குலைவுக்கும் காரணமாக அமைகின்றது என்பதுதான் உண்மை.

இன்றைய அறிவியல் வளர்ச்சி இயற்க்கைக்கு எதிரான நிலையில் செயல்பட்டுக் கொண்டிருக்கின்றது என்பதை அணு விஞ்ஞானி ஆல்பர்ட் ஐன்ஸ்டீனிலிருந்து அண்டவியல் விஞ்ஞானி ஸ்டீபன் ஹாக்கிங் வரை கூறி வந்துள்ள வரலாற்று உண்மை இது. ஏனெனில் இன்று அறிவியல் வளர்ச்சி என்னும் செயல்களுக்குப் பின்னால் இருப்பது மனிதர்களுக்குள் உள்ள பேராசையைத் தூண்டும் முயற்சியாகும்.

இத்தகைய மனிதர்களின் பேராசையைத் தூண்டும் முயற்சியின் விளைவாக அனைத்து மனிதர்களும் இன்று நுகர்வு மோகத்தால் தனக்குத் தேவையில்லை என்றாலும் ஒரு பொருளை விளம்பரத்தில் பார்த்தால் அதை வாங்க வேண்டும் என்னும் உந்துதாலால் வாங்கிக் குவிக்கின்றார்கள். மேலும் மனிதர்களை ஒரு பொருளை வாங்க தூண்டும் எண்ணத்தைப் பெருமுதலாளிகளின் தயாரிப்பு நிறுவனங்கள் விளம்பரத்தால் உருவாக்குகின்றன. இதனை இன்னும் சுருக்கமாகவும் எளிதில் புரியும் வகையில் சொல்வதென்றால், பெரு முதலாளிகளின் உற்பத்தி மற்றும் வியாபார பெருக்கம், பன்னாட்டு வணிகம், தாரளமயம், தனியார்மயம், உலகமயம் என்னும் கோட்பாடுகளே இன்றைய நிலையில் சுற்றுச்சூழல் சீர்கேடுகளுக்கு முதன்மையான காரணமாக உள்ளன என்று குறிப்பிடலாம்.

இதனால் உலகில் சூழல் சீர்கேடுகளால், இயற்கையின் சமநிலையைச் சீர்குலைகிறது. இதனால் மக்கள், விலங்குகள், மற்றும் பறவைகளின்

ஆரோக்கியத்தை மோசமாக பாதிக்கும் செயல்களும் நிகழ்கின்றன. இயற்கை பேரிடர்களான புயல், சூறாவளி, சுனாமி, நிலநடுக்கம் ஆகியவற்றுக்கு, இயற்கை மற்றும் சூழல் சீர்கேடுகளே காரணமாக அமைகின்றது. இவ்வாறு புவியின் மீது உருவாக்கபடும் சுற்றுச்சூழல் சீர்குலைவு மற்றும் சீர்கேடுகளுக்கான காரணங்களை 5 வகையாக அட்டவணைபடுத்தலாம். அவையாவன.

- இரசாயணங்களால் உருவாகும் சூழல் சீர்கேடுகள்
- மனிதர்களால் உருவாகும் சூழல் சீர்கேடுகள்
- இயந்திரங்களால் உருவாகும் சூழல் சீர்கேடுகள்
- பல்லுயிரியப் பாதிப்பினால் உருவாகும் சூழல் சீர்கேடுகள்
- சமுக உளவியல் காரணங்களால் உருவாகும் சூழல் சீர்கேடுகள்

இந்த 5 காரணங்களால் மனிதர்களுக்கும் சுற்றுச்சூழலுக்கும் உருவாகும் சீர்கேடுகளைக் கீழ்க்கண்டவாறு பட்டியலிடலாம்.

1. ஒவ்வாமை
2. அம்மை நோய்கள்
3. மனிதர்களின் நோய் பயன்பாட்டுக்காக விலங்குகளிலிருந்து தயாரிக்கப்படும் நோய் எதிர்ப்புச் சக்தி மருந்துகள்.
4. கொசுக்களால் பரவும் நோய்கள்
5. குடிநீர் இரசாயண மாசுறுதல்
6. சிமெண்ட் தகடுகள்
7. பறவைக் காய்ச்சல்
8. நீர்வாழ் உயிர்ச்சூழலுக்குக் காரணமான கடல் பாசிகள் அழிப்பு
9. புற்றுநோய் மற்றும் அதற்குக் காரணமானவைகள்
10. வாநதி பேதி (காலரா)
11. அண்டக் கதிர்கள் (காஸ்மிக் கதிர்கள்)
12. உயிர்கொள்ளும் இரசாயணங்கள்
13. வறட்சி
14. வெள்ளம்
15. நஞ்சாகும் உணவு
16. பூசனங்கள் — காளான் கொல்லிகள்

17. நாளமில்லா சுரப்பிகளின் சீரற்ற செயல்பாடுகள்
18. தொற்று நோய்கள்
19. மின் கழிவுகள்
20. இரசாயண உலைக்கலன்கள்
21. சூறாவளி
22. களைக்கொல்லிகள் போன்ற எண்ணிலடங்காத காரணங்களைப் பட்டியலிட முடியும்.

இந்த உலகில் உள்ள சுற்றுச்சூழல் பிரச்சனைகளை நீக்குவதற்கான வழிகள் உள்ளது.

ஒரு புத்தச் சமயத்தவர் தனக்கு மனதளவில் வரும் துன்பங்களிலிருந்து தன்னைப் பாதுகாத்துக் கொள்ள அல்லது புத்தர் போதித்த நான்கு உன்னத வாய்மைகளில் 3வது உன்னத வாய்மையாகிய நன்னெறி, நல்லொழுக்கம், நற்கருணை என்னும் 3 முக்கியக் கோட்பாட்டின் படி வாழ்தல் முக்கிய கடமையாகும். இந்த நன்னெறி, நல்லொழுக்கம் நற்கருணை கோட்பாட்டைக் கொஞ்சம் விரித்துச் சொல்வதாயின்,

நன்னெறி

1. நல்லுணர்வு
2. நல் நினைவு

நல்லொழுக்கம்

3. நற்பேச்சு
4. நற்செயல்
5. நல்வாழ்க்கை

நற்கருணை

6. நல்முயற்சி
7. நல்மனம்
8. நல் அமைதி

ஆகிய எண்வழி மார்க்கத்தை பின்பற்றி நடப்பவர்கள் மன அமைதி பெற்று அறத்தின் படி தங்கள் வாழ்வை அமைத்துக்

கொள்வார்கள். அது அகத்தூண்டல் மற்றும் அகக் காரணியால் அமைத்துக் கொள்கின்ற மாற்றங்களாகும்.[37]

புறக்காரணியான சுற்றுச்சூழலைப் பாதுகாக்க தன்னைப் போலவே பிற உயிர்களை நேசித்தல், அனைத்து உயிர்களையும் அன்பு செய்தல், மெத்த பாவனா தியானம், புத்தரின் பல்வேறு போதனைகள் எனப் புறத் தூண்டுதலின் படி புறக் காரணியான சுற்றுச்சூழலைக் காப்பாற்றவும், செம்மைப் படுத்தவும் தந்துள்ளார். அதில், இயற்கை குறித்த புத்தரின் போதனைகளை *3* வகைப்படுத்தலாம். அவையாவன;

1. இயற்கையே ஆசிரியர் (நன்னெறி)

நல்லுணர்வு

இயற்கை குறித்தும் சுற்றுச்சூழலைக் காப்பது குறித்தும் பிரபஞ்சம் குறித்தும் நமக்குள் இருக்க வேண்டிய நல் எண்ணமும் நல்லுணர்வாகும்.

நல் நினைவு

இயற்கை சூழல் மற்றும் பல்லுயிரியம் பாதுகாப்புக் குறித்து நமக்கு இருக்க வேண்டிய எண்ணம் மற்றும் உணர்வு.

புத்தர் தனது போதனைகளில் பல்வேறு உதாரணங்களாக நமக்கு சுட்டிக்காட்டியுள்ள உண்மை. தனது போதனைகளில், கதைகளில், உதாரணங்களில், மற்றும் ஜாதகக் கதைகளில், இயற்கையே நமக்கு ஆசான், அதனிடமிருந்து கற்றுக் கொள்வதே சிறந்த பாடம் என உணர்த்தியுள்ளார். அதன்படி, இயற்க்கையோடு இணைந்த வாழ்வை வலியுறுத்தியும் உள்ளார்.

2. இயற்க்கையே உந்து சக்தி (நல்லொழுக்கம்)

- நற்பேச்சு (சுற்றுச்சூழல் பாதுகாப்புக் குறித்த விழிப்புணர்வு பிரச்சாரம்)
- நற்செயல் (சுற்றுச்சூழலைப் பாதுகாக்கும் செயல்)
- நல்வாழ்க்கை (சுற்றுச்சூழலோடு இணைந்த வாழ்க்கை முறை)

இந்தக் கருத்துக்களை வலியுறுத்தியே புத்தர் தனது போதனைகளை நமக்கு போதித்துள்ளார். திரிபீடகம், ஜாதக் கதைகள், திரிபீடகத்திலுள்ள

37. மா. அமரேசன். ஆத்திச்சூடி மீள் வாசிப்பு — அறம் பதிப்பகம் 2020

சூக்தங்கள் இவற்றில் பரவலாக உள்ள கருத்துக்கள் யாவும், இயற்கையே நமக்கான உந்து சக்தி என்பதையே நமக்கு கற்பிக்கின்ற விதத்தில் உள்ளது.

3. இயற்கையே வாழ்க்கை முறை (நற்கருணை)

- *நல்முயற்சி (இயற்கையைக் காப்பதற்காக எடுக்கும் முயற்சிகள்)*
- *நல்மனம் (இயற்கையை நேசிக்கின்ற மனம்)*
- *நல் அமைதி (இயற்கையோடு இணைந்த வாழ்க்கை வாழ்தல்)*

இயற்கையை வாழ்க்கை முறையாக கொள்வதே புத்தர் போதித்த வாழ்க்கை முறையாகும். அதனால்தான் பிக்கு மற்றும் பிக்குனிகளுக்கு புத்தர் மழைக்காலத்தில் மட்டும் கருங்கற்கலால் அடித்தளமிட்ட கட்டிடத்தில் தங்க வேண்டும் என்றும் மற்ற காலங்களில் காட்டில் வாழும் வாழ்க்கை முறையைப் போதித்துள்ளார்.[38] காடுகளை வளர்க்க கட்டளையிட்டுள்ளார்.[39] ஏனெனில் புத்தச் சமயத்தின் ஒட்டுமொத்த சாரத்தையும் ஒரே வரியில் சொல்வதென்றால் அனைவருக்கும் இயற்கை, அனைத்துக்கும், இயற்கை என்பதேயாகும். இந்த உலகில் உள்ள சுற்றுச்சூழல் பிரச்சனைகள் நீங்கியது

அனைவருக்கும், இயற்கை, இயற்கையே அனைத்தும் என்னும் முழக்கத்தை அல்லது புத்தச் சமயத்தினரின் வாழ்க்கை முறையைத் தற்போது நடைமுறையிலுள்ள உள்ளவாறு சொல்வதென்றால், மனிதர்களாகிய நாம் இயற்கையை பாதுகாத்தால், இயற்கை நம்மை பாதுகாக்கும் எனவே புத்தசமயம், இயற்க்கையைப் பாதுகாப்பதில் முனைப்புக் காட்டுகின்றது. இயற்கை மற்றும் புவிக்கு ஏற்படும் அச்சுறுத்தல்களை எதிர்க்கின்றது, இயற்கையோடு இணைந்து உயிர்ச்சூழலைப் பாதுகாப்பதில், வனம் வளர்ப்பதில், உயிரினங்களை நேசித்தல் மற்றும் பாதுகாப்பதில் அக்கறை செலுத்துகின்றது.

இதனை உணர உலகின் புத்தச் சமய நாடுகளின் சூழலியல் மற்றும் வனப்பரப்பு, பல்லுயிரியம் *(Bio Diversity)* பாதுகாப்பு இவைகளில் புத்தச் சமய பிக்குகள் மற்றும் பிக்குனிகளின் பங்களிப்பையும் சற்றே சுருக்கமாகப் பார்ப்போம். (வேறு ஒரு பாகத்தில்)

உலகில் புத்தச் சமயம் 4வது பெரும் சமயமாகும். உலகின் மக்கள்

38. வினய பீடகம் — பிக்கு மற்றும் பிக்குனிகளுக்கான கடமைகள்
39. வினய பீடகம் — பிக்கு மற்றும் பிக்குனிகளுக்கான கடமைகள்

தொகையில் நான்கில் ஒருவர் புத்தச் சமயத்தைச் சார்ந்தவராக இருக்கின்றார். இவர்கள் அனைவரும், இயற்கையை பாதுகாத்தால், இயற்கை நம்மை பாதுகாக்கும் என்ற கோட்பாட்டில் நம்பிக்கை வைத்து, இயற்கையைப் பாதுகாத்து வருகின்றனர். இதை வலியுறுத்த எழுதப்பட்டதே இந்தப் புத்தகம்.

சுற்றுச்சூழலும் திரிபீடகமும்

திரிபீடகத்தைச் சுற்றுச்சூழல் நோக்கில் ஆய்வு செய்யும் முதல் முயற்சி ராபர்ட் சீசர் சில்டர்ஸ் *(Robert Caesar Childers 1838 — 25 July 1876)* என்பவரால் மேற்கொள்ளப்பட்டது. இவர் அயர்லாந் நாட்டைச் சேர்ந்தவர். கீழ்த்திசை நாடுகளின் மொழி அறிஞர் என்று போற்றப்பட்டவர். முதன் முதலில் பாலி — ஆங்கில அகராதியைத் தொகுத்தவர் என்று வரலாற்றில் பதியப்பட்டிருப்பவர்.[40] 1872இல் இங்கிலாந்து அரசாங்கத்தின் லண்டன் அலுவலகத்தில் அலுவலக உதவியாளராக நியமிக்கப்பட்டார். அதே காலத்தில் பாலி மொழி மற்றும் புத்தச் சமய இலக்கியங்களுக்கான முதல் பேராசிரியராக லண்டன் பல்கலைக்கழக கல்லூரியில் *(University College London)* பணி புரிந்தார். இவருடைய பாலி மொழித் தொண்டு மற்றும் முதல் பாலி — ஆங்கில அகராதிப் பணியைப் பாராட்டிப் பிராண்ஸ் பயிலகம் *(Institute of France)* என்னும் நிறுவனம் பிரிக்ஸ் வோல்னி விருதை *(The Prix Volney)* 1876 ல் இவருக்கு வழங்கியது. இந்த விருதை பெற்ற 11வது மொழியறிஞர் இவர் என்பது குறிப்பிடத்தக்கது.[41]

இவர் தொகுத்த பாலி —சிங்கள மொழி அகராதியில் 165 தாவர இனங்களின் பெயர்களைத் தாவரவியல் விளக்கங்களுடன் அளித்திருந்தார் இதுவே புத்தச்சமயத்தைச் சுற்றுச்சூழல் நோக்கில் அணுகிய முதல் முயற்சி. இருப்பினும் அந்த 165 தாவரயினங்களும் திரிபீடகத்தில் எங்கே சுட்டிக் காட்டப்பட்டுள்ளது என்னும் தரவை இவர் தரவில்லை. மேலும் இதில் பாதிக்கும் மேற்பட்ட பெயர்கள் இலங்கையில் பயன்படுத்தும் பாலி மொழிச் சொறகளாக உள்ளன.[42]

அதற்குப்பின், 1921இலிருந்து 1925 வரை தாமஸ் வில்லியம்ஸ் ரைஸ் டேவிட் மற்றும் வில்லியம் ஸ்டெட் ஆகிய இருவரும் சேர்ந்து தொகுத்த பாலி — ஆங்கில அகராதியில், திரிபீடகத்தில் 425

---

40. https://en.wikipedia.org/wiki/Robert_Caesar_Childers
41. https://en.wikipedia.org/wiki/Robert_Caesar_Childers

தாவரங்களின் பெயர்கள் உள்ளதென்றும், 185 விலங்குகளின் பெயர்கள் சுட்டப்பட்டுள்ளதென்றும் குறிப்பிட்டிருந்தார்கள். ஆனாலும், இவர்களும் இதற்கான ஆதாரங்களைச் சுட்டிக்காட்டவில்லை. இவர்களுக்குப்பின் இந்தப் பணியைச் செய்த திருவாளர். மோனியர் — வில்லியம்ஸ் அவர்கள் ரைஸ் டேவிட்டும், வில்லியம் ஸ்டெட்டும் சமஸ்கிருதம் — ஆங்கில அகராதியிலிருந்து பெருமளவிலான தாவரங்களின் பெயரை எடுத்துக் கையாண்டுள்ளார்கள் என்ற குற்றச்சாட்டையும் முன்வைத்தார்.[43] இருப்பினும் பிக்கு தம்மமிக்க அவர்கள் தனது புத்தகத்தில் 195 பாலி மொழி மரங்களின் பெயரைக் குறிப்பிடுகின்றார். இது குறித்த விரிவான ஆய்வும் தேவைப்படுகின்றது. மேலும் அவர் திரிபீடகத்தில் 32 உயிர்காக்கும் மூலிகைகளின் பெயர்கள் சுட்டிக் காட்டப்பட்டிருக்கின்றது என்கின்றார்.

42. *Nature and the Environment in Early Buddhism by s. Dhammika*
43. *Nature and the Environment in Early Buddhism by s. Dhammika*

சுற்றுச்சூழல் சூக்தங்கள்

"இந்தியாவில் 4500, மீன்களும், 6400 வகையான பறவைகள் மற்றும் 2400 வகையான மிருகங்கள் உள்ளன 10000 வகையான மரங்கள், 8000 வகையான புல், 740 மருத்துவ மூலிகைகள் மற்றும் 43 வகையான நறுமண தாவர வகைகள் (செடிகள்)."

- த்வதசவிஹாரானா சுத்தா

இந்தத் தகவலுடனே இவர் தனது "பண்டைய புத்தச் சமயத்தில், இயற்க்கை மற்றும் சுற்றுச் சூழல்" *(NATURE AND THE ENVIRONMENT IN EARLY BUDDHISM)* என்னும் புத்தகத்தை துவங்குகின்றார் புத்தபிக்கு மற்றும் எழுத்தாளரான திரு. எஸ். தம்மமிகா.

"த்வதசவிஹாரானா சுத்தா" என்பது சீன மொழியில் உள்ள திரி பீடகத்தின் 12வது சுக்தமாகும். இது புத்தரின் வாழ்க்கையைச் சொல்லும் சுய சரிதை சுக்தமாகும். இது புத்தரின் பிறப்பிலிருந்து துறவியானது அதற்குப் பின் முழுஞானம் (சம்போதி) அடைந்தது வரையிலும் புத்தரின்

வாழ்வில் நிகழ்ந்தவற்றை அவரது வாய்மொழியாலேயே சொல்வது போலுள்ள சுக்தமாகும். இது புத்தரின் 12வது வயதில் நிகழ்ந்த நிகழ்வாகும். இதனை கி.பி. 392 ஆம் ஆண்டில் சீனமொழியில் மொழிப் பெயர்த்தவர் திரு. காலோடாகா ஆவார்.[44]

பகவான் புத்தர் தனது தந்தையின் அரசவையில் தனது 12 ஆம் அகவையில் அது வரையிலும் தான் கற்றவற்றைச் சோதித்த வல்லுனர்களுக்கு பதிலளிக்கும் பொழுது கூறிய தகவலாகும். மேலும் இந்தச் சுக்தத்தின் பின்பகுதியில் இந்திய பிராமணர்கள் எவ்வாறு விலங்குகள், மற்றும் பறவைகளைக் கொன்று தின்று கொழுக்கின்றனர் என்பதையும் கூறியுள்ளார்.

மேலும் இந்தச் சுக்தத்தில் ஜம்புக தீவு என்றே குறிப்பிடப்பட்டுள்ளது. ஜம்புகத் தீவு என்பது இந்தியாவைக் குறிக்கும் வடமொழிச் சொல்லாகும். ஜம்புகம் என்பது நாவல் பழத்தைக் குறிக்கும் வடமொழிச் சொல் என்பதால் இந்தியாவைத் தமிழில் குறிப்பதென்றால் நாவலந்தீவு என்றே தேவநேய சுட்டுகின்றார் மொழிஞாயிறு. பாவாணர். மற்றும் பெருஞ்சித்திரனார், குணா மற்றும் நெடுஞ்செழியன் போன்றவர்களும் அவ்வாறே குறிப்பிட்டுள்ளனர்.

நடப்பு ஆண்டு கி.பி 2020 (கிரிகேரியன் காலண்டர்) இது புத்தர் பிறந்து 2564 (புத்தர் சகா காலண்டர்) ஆண்டாகும். இந்த அத்தியாயத்தில் 2564 ஆண்டுகளுக்குப் பிறகு இந்தியாவின் சுற்றுச்சூழல் நிலவரம் எப்படி உள்ளது என்பதை அதாவது த்வதசவிஹாரானா சுத்தத்தின்” அடிப்படையில் இருந்து மீளாய்வு செய்வதே இந்தக் கட்டுரையின் நோக்கமாகும். அதன்வழி புத்தச் சமயத்தின் சுற்றுச்சூழல் அக்கறையைத் தெரிந்துகொள்ள பெரும் உதவியாக இருக்கும்.

த்வதசவிஹாரானா சுத்தம் என்பதை முதலில் 2564 ஆண்டுகளுக்கு முன்பு அதிகாரபூர்வமாக எழுதப்பட்ட இந்தியாவின் முதல் சுற்றுச்சூழல் அறிக்கை என்பதை நாம் அனைவரும் ஒப்புக்கொள்ளவேண்டிய உண்மையாகும். அதன்படி நடப்பு ஆண்டில் இந்தியாவின் சுற்றுச்சூழல் மற்றும் பல்லுயிரிகளின் எண்ணிக்கையோடு எந்தளவு ஒத்துப் போகின்றது என்பதையும் த்வதசவிஹாரானா சுத்தம் எந்த அளவுக்கு உண்மை என்பதையும் மீள் ஆய்வு செய்து புத்தச் சமயத்தின் சுற்றுச்சூழல் அறிவையும் அக்கரையையும் விளக்க

44. *https://www.wisdomlib.org/buddhism/compilation/a-dictionary-of-chinese-buddhist-terms/d/doc6754.html*

வேண்டிய நிலையில் புத்தச் சமயத்தினர்கள் உள்ளனர்.

பண்டைய இந்திய மீன் வளம்

பொதுவாக மீன்கள் பெரும்பாலும் குழுவாகவும் தனித்தும் இருந்தாலும் அவைகள் முதுகெலும்புள்ள உயிரின வகையைச் சேர்ந்தவையாகும். மீன்களை நீளம், அகலம், உருவம், அமைப்பு, உயிரியல் பண்புகள், மற்றும் வாழ்விடங்கள் ஆகியவற்றின் அடிப்படையில் வகைப்படுத்தப்படுகின்றன.

புத்தரின் வாய்மொழி வாக்கு மூலத்தின்படி பண்டைய இந்தியாவில் 4500, மீன்கள், உள்ளன என்பதை நாம் முதலில் ஆய்வுக்கு எடுத்துக் கொள்வோம். அதன்படி முதலில் மீன்கள் குறித்து கொஞ்சம் விவரமாகப் பார்ப்போம். . இந்தியாவின் முதல் உயிரியல் அறிக்கை த்வதசவிஹாரானா சுத்தம் ஆகும். அதுவே முன்னோடி உயிரியல் அறிக்கையாகும். அதற்குப் பின் சாணக்கியர் தனது அர்த்த சாஸ்த்திரத்தில் மீன்களைப் பற்றியும் அதன் எண்ணிக்கைப் பற்றியும் குறிப்பிட்டுள்ளார் (கி.மு.300) அதற்குப்பின் சாளுக்கிய அரசன் சோமேஸ்வரதேவா (கி.பி.1126 — 1138) கங்கை நதி குறித்தும் அதில் வாழும் மீன்கள் குறித்தும் பதிவு செய்துள்ளார்.

அதற்குப்பின் ஹமில்டன் புக்கனன் (1822) கங்கை நதியின் மீன்களைப் பற்றிப் பதிவு செய்துள்ளார். இவர்களுக்குப் பின் இந்திய மீன்கள் குறித்து மெக்கலன் (1839) ஸ்கைஸ் (1839), ஜோர்டன் (1849) மற்றும் பைத் (1858, 1860) கன்தேர் (1864, 1868) ஆகியோர்களும் இந்திய மீன்கள் பற்றியும் அவற்றின் எண்ணிக்கை விவரங்களையும் பதிவு செய்துள்ளனர்.[45]

நெல்சன் (Joseph Schieser Nelson (April 12, 1937 - August 9, 2011) என்னும் அமெரிக்க ஆய்வாளர் 1981 ஆம் ஆண்டில் உலகில் 21,723 மீன் இனங்கள் உள்ளன. அதில் 4,044 எண்ணிக்கையில் பேரினங்கள் வகையைச் சேர்ந்த மீன்கள் 445 குடும்பங்களாகவும், 50 வகை மீன்கள் உள்ளதென்றும் தனது உலகின் மீன் இனங்கள் *Fishes of the World (1st edition 1976, 4th edition 2006)*[46] குறிப்பிட்டுள்ளார்.

இவற்றில் குறிப்பிடத்தக்க பதிவாகவும் ஆவணமாகவும் இன்றும் பாராட்டப்படுவது பிரான்சிஸ் டே (Francis Day) 1829 — 1889 அவர்கள் எழுதிய புத்தகமான *The Fauna of British India, Including*

---

45. DISTRIBUTION, DIVERSITY AND BIOLOGY OF DEEP-SEA FISHES IN THE INDIAN EEZ by HASHIM. M page No. 06.

Ceylon and Burma சிலோன் மற்றும் பர்மா உட்பட பிரிட்டிஷ் இந்தியாவின் விலங்கினங்கள்) என்னும் புத்தகமாகும்.

பிரான்சிஸ் டே (Francis Day) 1829 — 1889) இந்தப் புத்தகத்தில் இவை, பிரித்தானிய இந்தியாவில் மட்டும் 1418 மீன் இனங்கள் உள்ளதென வகைப்படுத்தியுள்ளார். 342 பேரின வகையைச் சேர்ந்தவைகள் என்றும் மற்றவை சிற்றினங்கள் என்றும் வகைப்படுத்தியுள்ளார் உலகில் உள்ள மீன் இனங்களில் 80 விழுக்காடு இந்தியாவில் காணப்படுகின்றது. இந்தியாவில் உள்ள 80 விழுக்காடு மீன் இனங்களில் 51 விழுக்காடு மீன் இனக் குடும்பங்கள் தமிழ்நாட்டில் காணப்படுகின்றன.

இந்தியாவில் சுமார் 56 வகையான மீனினங்கள் மக்களின் உணவுப்பயன்பாட்டுக்கும், விற்பனைக்கும் பெருமளவு பயன்படுகின்றன. அவை

1. சுறா
2. திருக்கை
3. நெத்திலி
4. சாளை
5. கவலை
6. முள்வாளை
7. சூரை
8. வஞ்சிரம்
9. மவ்வளசி
10. கானாங்கத்தி
11. அயிரை
12. பாரை

46. https://en.wikipedia.org/wiki/Joseph_S._Nelson

13. காரல்
14. தும்பிலி
15. கெளுத்தி
16. கெளிரு
17. விலாங்கு
18. கோலா
19. பறவைக்கோலா
20. முறல்
21. ஊசிக்கோல்
22. கலாப்பத்தி
23. கொப்பரான்
24. சீலா
25. ஊழி
26. மடவை
27. காலா
28. மா—கலா
29. சிலந்தன்
30. கொடுவா
31. செப்பிலி
32. நூலனி
33. கலவா
34. ககசி
35. வெள்ளைமீன்
36. நவரை
37. கொருக்கை
38. செனரயா
39. வாளை
40. சாவாளை
41. வாவல்
42. சங்கரா
43. கன்டல்

44. கந்தாளை
45. பண்ணா
46. ஊடகம்
47. வெளுடன்
48. குதிப்பு
49. சுடும்பு
50. நாக்கு
51. மனங்கு
52. கடவரா
53. களத்தி
54. கிழங்கன்
55. அம்பத்தான் பாரா
56. கெண்டை[47]

இந்தியா முழுவதும் நன்னீர் வளத்தினால் நதிகளால் சூழப்பட்டுள்ளது. ஆறு, கழிமுகம், ஏரி, குளம், கால்வாய், ஆகியவற்றில் நன்னீர் பாய்ந்தோடுகின்றது இந்தியா முழுமையும். இந்தியாவின் நீர்வளம் மீன்பிடித்தல் தொழிலுக்கு ஏற்றதாக மிக நீண்ட நெடுங்காலமாக இருக்கின்றது. தற்போது இந்தியா உலக அளவில் கடல் மீன்கள் உற்பத்தியில் மூன்றாவது இடமும், உள்நாட்டு மீன் உற்பத்தியில் இரண்டாவது இடமும் பெற்றிருக்கின்றது. இந்தியாவில் மீன்வளம் இயற்கையாகவே மிகுந்துள்ளதால் இந்த துறையில் இந்திய மக்கள் தொகையில் சுமார் 11 கோடி மக்கள் பகுதிநேர அல்லது முழு நேர வேலை வாய்ப்பைப் பெற்றிருக்கின்றனர்.

இந்தியாவில் மீன் பிடிப்பு மூலமாக 68 விழுக்காடு மீன் கிடைக்கின்றது. மேலும் இந்தியாவில் உள்நாடு மற்றும் கடல் மீன் உற்பத்தியைப் பெருக்குவதற்கு எந்தவொரு நடவடிக்கையும் இயல்பிலேயே யாரும் எடுப்பதில்லை. இயற்கையில் தாமாகவே கிடைக்கும் மீன்களைத்தான் நாம் பயன்படுத்துகின்றோம். ஏரி, நீர் தேக்கம், ஓடை, ஆறு, கால்வாய், குளம், ஆகியவை உள்நாட்டு மீன்பிடித் தளங்களாகவும், கடல் பெரு மீன்பிடித் தளமாகவும் பயன்பட்டு வருகின்றது. மேலும் இந்தியாவில் மீன்வளம் ஐந்து வகையாகப் பிரிக்கப்பட்டுள்ளது. அவை

47. http://agritech.tnau.ac.in/ta/fisheries/pdf/commercial%20fish india.pdf

1. சிந்து மற்றும் அதன் கிளை ஆறுகளின் மீன் வளம்.
2. கங்கை மற்றும் அதன் துணையாற்று மீன் வளம்
3. கிழக்கு நோக்கிபாயும் ஆறு மற்றும் அதன் துணையாற்று மீன் வளம்
4. மேற்கு நோக்கிபாயும் ஆறு மற்றும் அதன் துணையாற்று மீன் வளம்
5. காவிரி ஆறு மற்றும் அதன் துணையாற்று மீன் வளம்

சிந்து மற்றும் அதன் கிளை ஆறுகளின் மீன் வளம்

சிந்து ஆறு என்பது தெற்கே பாய்ந்து செல்லும் ஒரு பெரிய ஆறு, இது சிந்து அல்லது அபாசியின் என்றும் அழைக்கப்படுகிறது. சிந்து நதி மீதினிலே என்ற பாடலால் சிந்து நதி என்று பரவலாக அறியப்படுகிறது. இந்த ஆற்றின் மொத்த நீளம் 3,610 கிமீ (1,988 மைல்) ஆகும், இது ஆசியாவின் நீண்ட ஆறுகளில் ஒன்றாகவும், பாயும் முக்கியமான ஆறாகவும் உள்ளது. இவ்வாறு மலையில் அருகே மேற்குப் பகுதியில் தோன்றும் இந்த ஆறு, வழியாக பாய்ந்து, மற்றும் பாகிஸ்தானின் வழியாகவும் பின் பாய்ந்து சென்று இறுதியில் சிந்து பகுதியின் தட்டா நகரத்திற்கு அருகில் கலக்கிறது. இது பாக்கிஸ்தானின் மிக நீண்ட ஆறு மற்றும் தேசிய நதி ஆகும்.

இந்த ஆற்றின் மொத்த நீர் வடிகால் பகுதி 1,165,000 km2 (450,000 sq mi) ஆகும். இதன் மதிப்பிடப்பட்ட வருடாந்தர வெள்ள ஓட்டம் சுமார் 243 km3 (58 cu mi), இது ஆண்டு வெள்ளத்தில் இருமடங்காகவும், மற்றும் ஆறுகள் ஆகியவற்றின் நீரில் மூன்று பங்கு கூடுதலாகவும் உள்ளது. இதில் ஆண்டுதோறும் பாயும் நீரின் அளவில் உலகில் இருபத்தோராவது பெரிய ஆறாக உள்ளது. ஜாதகர் என்பது லடாக்கில் அதன் இடது கிளை ஆறு ஆகும். சமவெளிப்பகுதிகளில், அதன் இடது கிளைதான் ஆகும், அவற்றில் நான்கு முக்கிய துணை நதிகள் உள்ளன அவை, ஜீலம், ரவி, பியாஸ், சட்லஜ் ஆகும். சிந்து ஆற்றின் வலது துணை ஆறுகளில் முதன்மையானவை ஷிக் ஆறு, கில்கிட் ஆறு, காபூல் ஆறு, கோமல் ஆறு, குராம் ஆறு ஆகியவை ஆகும். இமயமலையில் உள்ள பனிப்பாறைகள் மற்றும் ஆறுகள் கொண்ட மலையுச்சியிலிருந்து துவங்கி, இந்த ஆறு காடுகள், சமவெளிகள், வறண்ட கிராமப்புறங்களில் வளப்படுத்துகிறது.[48] 2013 செப்டம்பர் துவங்கி 2014 ஆகஸ்டு வரை நடைபெற்ற ஆய்வொன்றில் சிந்து

48. https://ta.wikipedia.org/wiki/ சிந்து ஆறு

மற்றும் அதன் துணையாறுகளில் 78 மீன் இனங்கள் காணப்படுவதாக கண்டறியப்பட்டுள்ளது.

கூடுதலாக பாகிஸ்தான் நாட்டில் மொத்தம் 2249 மீன் இனங்கள் உள்ளதெனக் கண்டறியப்பட்டது. அதில் 43 வகைகளும் 17 குடும்பங்களைச் சேர்ந்தவை என கண்டறியப்பட்டுள்ளது.[49]

கங்கை மற்றும் அதன் துணையாற்று மீன் வளம்

இந்தியாவில் மொத்தம் 14 பெரிய ஆறுகளும், 113 சிற்றாறுகளும் பாய்ந்தோடுகின்றன. 13 பெரிய நதிகளினால் இந்திய நிலப்பரப்பில் 45,000 கிலோமீட்டர் பாய்ந்தோடுகின்றது. இந்திய நதிகளினால் 7,20,000 சதுர கிலோ மீட்டர் பரப்பளவில் மீன் பிடிக்கப்படுகின்றது.

கங்கை ஆறு உலகின் மிகப்பெரிய நதிகளில் ஒன்று. இது இமயமலையிலுள்ள கங்கோத்திரியில் உற்பத்தியாகின்றது. இது கடல்மட்டத்திலிருந்து 3129 கிலோ மீட்டர் உள்ள இடமாகும். கங்கோத்திரியிலிருந்து 220 கிலோ மீட்டர் இமயமலையில் பாய்ந்தோடுகின்றது. அரித்துவார் துவங்கி, வங்காள விரிகுடா வரை 2290 கிலோ மீட்டர் சமவெளிப் பகுதியில் பாய்ந்தோடுகின்றது

யமுனா, ராம் கங்கா, கோக்ரா, கோமதி, கோசி, கண்டக், சம்பால், சோனி, ஆகிய நதிகள் கங்கையாற்றின் துணை நதிகளாகும். இவற்றின் மொத்த நீளம், 1500 கிலோ மீட்டர் ஆகும். கங்கை மற்றும் அதன் துணையாறுகள் அனைத்தும் சேர்த்து 382 மீன் இனங்கள் காணப்படுகின்றன.[50]

பிரம்மபுத்திரா ஆற்று மீன் வளம்

மிகப்பெரும் நதியான பிரம்மபுத்திரா இமயமலையின் கிழக்குப் பகுதியில் பாய்ந்தோடும் நதியாகும். மானசரோவர் அருகில் உள்ள பனிப்பாறைகளில் இருந்து உருகிவரும் நீரானது மானசரோவர் ஏரியில் தேங்கி, பின் அதனில் இருந்து தீபெத், அருணாச்சல பிரதேசம், மற்றும் அசாம் வழியாக பாய்ந்து இறுதியாக பங்களாதேஷ் நாட்டில் வங்காள விரிகுடாவில் கடலில் கலக்கின்றது. பிரம்மபுத்திரா நதியில் 126 வகையான மீன் இனங்கள் காணப்படுவதாக கண்டறியப்பட்டுள்ளது.

---

49. Diversity and Distribution of Fish Fauna of Indus River at Taunsa Barrage in Punjab. Pakistan. By. Haji Muhammad. Zafar Iqbal and Saira Saleemi.

50. Fresh Water Fishes in India

கோதாவரி மற்றும் கிருஷ்ணா ஆகிய இரண்டு நதிகளையும் சேர்த்து, 155 மீன் இனங்கள் காணப்படுகின்றன. மகாநதியில் 99 மீன் இனங்கள் காணப்படுவதாக கண்டறியப்பட்டுள்ளன. காவேரி ஆற்றில் 80 வகை மீன் இனங்கள் காணப்படுகின்றன. இவைகளை 23 குடும்பத்தைச் சேர்ந்தவைகளாக வகைப்படுத்தியுள்ளனர். காவேரி ஆற்றில் கிடைக்கும் மீன் இனங்கள், மற்ற நதிகளிலிருந்து கிடைக்கும் மீன்களைக் காட்டிலும் வேறுபட்டுக் காணப்படுபவையாகும். கெண்டை, கெளுத்தி, தோகு, நெத்திலி, நெய்மீன் இன்னும் பல மீன்கள் காவேரி ஆற்றில் கிடைக்கும் மீன் இனங்களாகும்.[51]

இந்தியாவில் 951 மீன் இனங்களும், சீனாவில் 1643 மீன் இனங்களும், மியான்மர் தேசத்தில் 250 மீன் இனங்களும், காணப்படுகின்றன.[52] இலங்கையில் உள்நாட்டில் மட்டும் 300 சிறிய பெரிய நதிகள் பாய்ந்தோடுகின்றன. இவற்றில் 93 வகையான மீன் இனங்கள் காணப்படுகின்றன. 53 வகையான குடும்பங்களாக பிரிக்கப்பட்டுள்ளன. இவற்றில் 21 வகையான மீன் இனங்கள் அழியும் நிலையில் உள்ளதாகவும். 19 இனங்கள் முற்றிலும் அழிந்துவிட்டதாகவும் அதில் 5 வகையான மீன் இனங்கள் முற்றிலும் அரிதான மீன் வகை எனவும் கணக்கிடப்பட்டுள்ளது.[53]

மீன் இனங்கள் அழிவதற்க்குக் கீழ்க்கண்ட காரணங்கள் ஆய்வாளர்களால் சொல்லப்படுகின்றது அவையாவன.

- அளவுக்கு அதிகமான மீன்களைப் மனிதர்களின் உணவுக்காக பிடித்தல்
- கடல் கழிவுகள் நதிகளில் கலத்தல்
- கதிரியக்க கழிவுகள் நதிகளில் கலத்தல்
- நீர் மாசுபாடு ஆகியவற்றின் காரணமாக மீன்கள் அழிவதாக கண்டறியப்படுகின்றது. இறுதியாக புத்தர் 2500 ஆண்டுகளுக்கு முன்பு கூறிய இந்தியாவின் மீன் வளத்திற்கும், தற்போதைய மீன் வளத்தையும் ஒப்பிட்டுப் பார்த்தோம் என்றால்,

---

51. மீன் — தமிழ் விக்கிப்பீடியா
52. *Diversity and Distribution of Fish Fauna of Indus River at Taunsa Barrage in Punjab. Pakistan. By. Haji Muhammad. Zafar Iqbal and Saira Saleemi*
53. *Freshwater fish survey in Sri Lanka.*

வ.எண்	நதிகள் மற்றும் நாடுகள்	கிடைக்கும் மீன் இனங்கள்
1	சிந்து நதி	78
2	கங்கை	382
3	பிரம்மபுத்திரா	126
4	கோதாவரி மற்றும் கிருஷ்ணா	155
5	மகாநதி	99
6	நர்மதா	85
7	தபதி நதி	57
8	காவேரி	80
9	பாகிஸ்தான் நாடு	2249
10	மியான்மர் நாடு	250
11	இலங்கை நாடு	93
	மொத்தம்	3654

த்வதசவிஹாரானா சுத்தத்தில் பகவான் புத்தர் நாவலந்தீவில் 4500 மீன் இனங்கள் உள்ளதென்று குறிப்பிடுகின்றார். ஆனால் தற்போதைய நிலையில் பண்டைய இந்தியாவில் மொத்தம் 3654 வகையான மீன்கள் உள்ளனவென்று ஆய்வுகள் மற்றும் தரவுகள் வழியாக நிருபிக்கப்பிக்கப்பட்டுள்ளது. இதில் 846 வகையான மீன் இனங்கள் காலப்போக்கில் அழிந்து போன மீன் இனங்களாக எடுத்துக் கொள்ள வேண்டும். இதுவே பண்டைய இந்தியா மற்றும் இருபத்தோராம் நூற்றாண்டிற்கான இந்திய துணைக் கண்டத்தின் மீன் இனங்கள் குறித்த அறிக்கையாகும்.

நேப்பாள புத்த சமயத்தின் புனித சின்னம்

அதே நேரத்தில் மீனுக்கும் புத்தச்சமயத்துக்குமான தொடர்பையும் கொஞ்சம் பார்க்க வேண்டும். மீன் வெற்றியின் அல்லது விடுதலையின் சின்னமாக புத்த சமயத்தில் ஆரம்ப காலம் தொட்டு இருந்துள்ளது. அந்த அடிப்படையிலேயே விஷ்ணு வழிபாட்டில் மீன் அவதாரமாக உருவகப்படுத்தியது இந்து மதம். இதனால் புத்தச் சமயத்தை ஆதரித்த மக்களும் விஷ்ணுவையும் ஆதரித்தனர். இந்தச் சமய மயக்கத்தைப்

பாண்டிய மன்னர்களின் சின்னம்

பயன்படுத்தி இந்து மதம் தன்னை நிலைநிறுத்திக் கொண்டது.

புத்தச் சமயத்தில் இரண்டு தங்கநிறத்திலான மீன்கள் வழிபாட்டுக் குரியவையாக கருதப்படுகின்றன. இவைகள் கங்கை மற்றும் யமுனை நதிகளின் மீன்கைக் குறிப்பிடுபவையாக உள்ளன. புத்தசமயத்தில் நீரை சுதந்திரம் மற்றும் நிபானத்தின் குறியீடாக குறிக்கப்படுகின்றது. மேலும் மீன்கள் மறுபிறப்பின் குறியீடாக கருதப்படுகின்றது. எனவே புத்தச்சமயத்தில் நிருவானத்தின் குறியீடாகவும், மறுபிறப்பின்மையின் குறியீடாகவும் இரட்டை மீன்கள் குறிக்கப்பட்டுள்ளன.[54] இந்த இரட்டை தங்க மீன்கள் குறியீடே சமகாலத்தில் வீட்டில் மீன்தொட்டிகளில் தங்கமீன்களை வளர்த்தால் நல்லது நடக்கும் என்றும் நம்பப்படுகின்றது. மேலும் சீனத்துப் பெங்சூயின் நம்பிக்கையின்படி இரட்டை மீன்கள் நற்பேற்றையும் நல்வாழ்வையும் அடையாளப்படுத்துகின்றன.

சீனத்தைப் போலவே தமிழகத்திலும் பாண்டியர்களின் கொடி மீன்கொடியாகும். அதுவும் இரட்டை மீன் கொடியாகும். நேபாள புத்தச்சமயத்தினர் கங்கை மற்றும் யமுனை ஆற்றின் நீரைச் சுதந்திரம் மற்றும் இடப்பெயர்ச்சிக்குக் குறியீட்டாகப் பயன்படுத்தியதைப்போல, பாண்டியர்கள் கடலைச் சுதந்திரத்தின் குறியீடாகப் பயன்படுத்தினார்களா என்பதையும், புத்தச்சமயத்தின் கோட்பாட்டை ஏற்று வெற்றியின் குறியீடாக மீன் சின்னத்தை அதிலும் இரட்டை மீன் சின்னத்தைப் பொறித்தார்களா, என்பதையும் இங்கே ஆய்வுக்கு எடுத்துக் கொள்ள வேண்டியுள்ளது, என்பதையும் எனது பணிவான கருத்தாக முன்வைக்கின்றேன். மேலும் பாண்டியர்களின் கல்வெட்டு, சிற்பங்கள், நாணயங்கள் என அனைத்திலும் இரட்டை மீன் சின்னங்களே குறியீடாக கொண்டிருக்கும் போது,[55] அது குறித்த விரிவாக ஆய்வு தேவைப்படுகின்றது. தமிழ் பௌத்தம் எழுச்சிப் பெற்றுவரும் இந்தச் சூழலில்.

சோழர் காலத்து நாணயங்கள்

54. https://storymaps.arcgis.com/stories/897249eaaa174f5187e07abd08a11421 .
55. https://ta.wikipedia.org/wiki/ பாண்டியர் கொடி

புத்த சமயமும் தண்ணீரும்

தண்ணீர் குறித்த பொதுவான தகவல்கள்

"நீரகம் பொருந்திய ஊரகத்து இரு" கொன்றை வேந்தனில் புத்த பிக்குனி அவ்வையாரின் கூற்று இது. நீர்வளம் நிரம்பிய பகுதியில் குடியிருக்க வேண்டும் என்பது இதன் பொருள். அந்த வகையில் உலகின் பொதுவான நீர் வளம் மற்றும் நீராதாரம் குறித்த புரிதலை உருவாக்கவும், நீர் குறித்த புத்தச் சமயத்தின் புரிதல் மற்றும் கருத்தையும், அது குறித்து புத்தர் போதித்த சூக்தங்களைக் குறித்து பேசுவதே இந்த கட்டுரையின் நோக்கம்.

பூமி குறித்த தகவல்கள்

நாம் வாழும் பூமியின் வயது 4.54 பில்லியன் ஆண்டுகள். இது வான் வெளியில் உள்ள சுக்கிரன் கிரகத்துக்கு அடுத்த மூன்றாவது கிரகம். பூமி சூரியனை நீள்வட்டப்பாதையில் 365ரு நாட்களுக்கு ஒரு முறை சுற்றிக்கொண்டு, தன்னைத்தானே

24 மணி நேரத்திற்கு ஒரு முறை சுற்றிக்கொண்டு வருகின்றது பூமி. சூரியனைச் சுற்றிவர எடுத்துக்கொள்ளும் காலத்தை ஆண்டு என்றும், தன்னைத்தானே சுற்றிவர எடுத்துக் கொள்ளும் நேரத்தை நாள் என்றும் வானியல் அறிஞர்கள் கணக்கிடுகின்றனர். நாம் வாழும் பூமி சூரியனில் இருந்து 9,20,00,000 (ஒன்பது கோடியே இருபது லட்சம்) மைல் தொலைவில் உள்ளது.[56]

பூமிக்கும் சூரியனுக்கும் இடைப்பட்ட தூரத்தில் 11,000 புவியினை வைக்கலாம் என வானியல் அறிஞர்கள் கணக்கிட்டுள்ளனர். புவியின் சுற்றளவு 24,902 மைல்களும், வட்டத்தின் குறுக்களவு 7926 மைல்கள் எனவும் வடத் தென் துருவங்களின் மேல் அளவு 7899 மைல்கள் என்றும், புவியின் பரப்பளவு 19, கோடியே 96 லட்சதத்து 4 ஆயிரம் சதுர மைல் என்றும் கணக்கிடப்பட்டு இருக்கின்றது.[57]

அடிப்படையில் புவி ஒரு நீர்க்கோளமாகும். நீரிலிருந்து முகிழ்த்தெழுந்த நிலப்பரப்பில் நாம் வாழ்ந்து வருகின்றோம். புவியின் நீர்பரப்பு 14 கோடியே 13 லட்சம் சதுரமைல் என்று கணக்கிடப்பட்டுள்ளது. நீரிலிருந்து முகிந்தெழுந்த நிலப்பரப்புக்கு, நிலப்பரப்பின் அடிப்படையில் 1. ஆசியா, 2. ஆப்பிரிக்கா, 3. ஐரோப்பியா, 4. அமெரிக்கா, 5. ஆஸ்த்திரேலியா, எனப் பெரும் நிலத்துண்டுகளாக பிரிக்கப்பட்டு அவற்றிற்குக் கண்டங்கள் எனப் பெயரிட்டுள்ளோம்.[58]

நிலப்பரப்பைப் பிரித்ததுபோல மனிதனின் வசதிக்காக நீர்பரப்பையும் 5 பெரும் பரப்பாக பிரித்து அவற்றிற்குப் பெருங்கடல் எனப் பெயரிட்டுள்ளான். அவை

1. பசிபிக்பெருங்கடல்,
2. இந்துமாக் கடல்,
3. அட்லாண்டிக் பெருங்கடல்,
4. ஆர்டிக் பெருங்கடல்,
5. வங்கக்கடல் மற்றும்
6. அரபிக்கடல்

---

56. V.K.Shanmugam - A Text Book Geography ,
57. V.K.Shanmugam - A Text Book Geography.
58. V.K.Shanmugam - A Text Book Geography

இவற்றில் பசிபிக் பெருங்கடல் மற்றும் இந்துமாக் கடல் ஆகிய இரண்டு பெருங்கடல் பரப்புகளும், கடல் சார் பல்லுயிர்சூழல் மண்டலமாகத் திகழ்கின்றது[59] இவற்றில் கடல் சார் உயிரினங்களில் எண்ணிக்கையும் வகைகளும் அதிகமாக இருக்கின்றன.

புவியின் மேற்பரப்பில் 71 விழுக்காடு கடல்நீரால் சூழப்பட்டுள்ளது. 29 விழுக்காடு நிலப்பரப்பாக உள்ளது. இவற்றில் புவியின் வடத் துருவ பகுதியில் 43 விழுக்காடு கடல்நீரும், தென்துருவப் பகுதியில் 57 சதமானம் கடல்நீரும் உள்ளதாகக் கணக்கிட்டுள்ளனர். உலகின் 75 விழுக்காடு பரப்பு நீரால் சூழப்பட்டிருப்பினும், 97 விழுக்காடு நீர் மனிதன் உயிர்வாழ்வதற்குப் பயன்படாத உப்பு நீராகவும் (கடல்நீர்) 3 விழுக்காடு நீர் மட்டுமே உயிர் வாழ்க்கைகுப் பயன்படும் நன்னீராகவும் உள்ளன. அந்த 3 விழுக்காடு நன்னீரில் 69 விழுக்காடு நீர் துருவங்களிலும் மலைகளிலும் பனி அடுக்குகளாக உள்ளன. 30 விழுக்காடு நீர் நிலத்தடி நீராக உள்ளன.[60] எஞ்சிய ஒரு விழுக்காடுக்கும் குறைவான நீராதாரமே நமக்கு புவியின் மேற்பரப்பில் நீராதாரமாக கிடைக்கின்றன. அவற்றில் ஏரிகளில் 87 விழுக்காடு நீர் தேக்கிவைக்கப்படுகின்றது. ஆறுகளில் 2 விழுக்காடு நீர் தேக்கி வைக்கப்படுகின்றது. எஞ்சியுள்ள நீர் உருண்டோடும் போது புவியால் உறிஞ்சப்படுகின்றது. இவைதான் உலகின் நீராதாரமாகும். நமக்கு கிடைக்கின்ற ஒரு விழுக்காடு நீர் நமக்கெல்லாம் அளப்பரியது மற்றும் நிரந்தரமானது என்பது போன்ற ஒரு மாயத் தோற்றமே இங்கு நிலவுகின்றது.

புவி மேற்பரப்பில் கிடைக்கும் நீர் என்பதையும், நிலத்தடி நீர் என்பதையும் எவ்வாறு நாம் வகைப்படுத்துவது எனில், உலகில் உள்ள உயிர்கள் அனைத்தின் பயன்பாட்டிற்கென ஏரிகள், குளங்கள், ஆறுகளில், தேக்கி வைக்கப்படும் நீர் அதாவது கண்ணால் காண்கின்ற நீர் புவிமேற்பரப்பு நீர் எனவும், அதாவது கண்ணால் காண்கின்ற நீர் புவிமேற்பரப்பு நீர் என்றும் காணமுடியாத நீராதார இருப்பை நிலத்தடி நீர் இருப்பு என்றும் புரிந்துகொள்ள வேண்டும். நீர் வளத்துக்குக் காரணமாக இருக்கும் வள வளம் இந்தியா முழுவதும் 26 சதவிகிதத்துக்கு குறைவாகவே இருபபதாகவே புள்ளிவிவம் கூறுகின்றது.

---

59. வி.எஸ்.ஆனந்தன் — சமூத்திரவியல்

60. Water Ethics and Water Resource Management - Published by UNESCO Bangkok

நீர் சுழற்சி

வானில் மேலே செல்லும் மேகத்தின் மீது, இயற்க்கையான குளிர்க் காற்று வீசுவதால் மேகம் குளிர்ந்து மழை பொழிவைத் தருகின்றது. அவை காடுகளிலும் மலைகளிலும் பொழிவதால் வெள்ளப்பெருக்கெடுத்து நீரோடைகளாகவும், ஆறுகளாகவும் உருமாறி கடலைச் சென்றடைகின்றது. மீண்டும் கதிரவன் வெப்பத்தால் கடலநீர் ஆவியாகி மேலே சென்று குளிர்ந்த காற்று பட்டதும் மழை பொழிவை தருகின்றது. மழைப் நீரை பெறுவதற்கான வாய்ப்பு இது ஒன்றே.

உலகில் சராசரியாக நிமிடத்திற்கு 2 கோடியே 22 இலட்சம் டன்னுக்கும் அத்கமான எடையுள்ள கடல்நீர் சூரிய வெப்பத்தினால் நீராவியாக மாறுகின்றது இதை உலகம் முழுமைக்கும் நிலப்பரப்புக் கணக்கில் சொல்வதாக இருந்தால் ஒரு ஆண்டு முழுவதற்கும் 577,000 ச.கி.மி. பரப்புள்ள நீர் சூரிய வெப்பத்தினால் நீராவியாக மாறுகின்றது. (1996 — ஆண்டு கணக்கின்படி) சமவெளிப் பகுதியில் நிகழும் நீராவி குறித்த துல்லியமான புள்ளிவிவரம் கிடைக்கவில்லை) ஆயினும் நீராவியாக மாறும் தண்ணீரின் அளவுக்கொப்ப மீண்டும் மழையாக புவியை வந்தடைகின்றது. இவ்வாறு நடைபெறுவதை நீர்ச்சுழற்சி என்று அழைக்கின்றோம்.

உலகில் பருவக்காற்று வீசும் திசையைப் பொருத்து மழை பொழியும் இடங்களையும் அளவையும் வரையறுத்துள்ளனர். உலகில் பொழியும் மழையில் 40 விழுக்காடு மழை நிலப்பரப்பில் பொழிகின்றது. நில மேற்பரப்பில் பொழியும் மழை நீரானது புவி மேற்பரப்பில் உருண்டு, திரண்டு, நதிநீராக, நிலத்தடி நீர்மட்டத்தை உயர்த்தி, மனிதனின் தேவைக்குத் தேக்கிவைத்தது போக இறுதியில் கடலைச் சென்று சேர்கின்றது. இவ்வாறு வருகின்ற நீரில் 60 விழுக்காடுநீராவியாகின்றது.

கடல்நீர் தன்னை முழுமையாக மறு சுழற்சிக்கு எடுத்துக் கொள்ளும் காலம் 2,500 ஆண்டுகள் என்றும், நிலத்தடி நீர் 1,400 ஆண்டுகளில் தன்னை முழுமையாக மறுசுழற்சிக்கு உள்ளாக்கிக் கொள்கின்றன. சமவெளிப் பகுதியில் உறைபனியாக உறைந்திருக்கும் நீர் 10,000 ஆண்டுகளில் தன்னை மறுசுழற்சிக்கு உட்படுத்திக் கொள்கின்றன. துருவப் பகுதியில் உள்ள பனி 9,700 ஆண்டுகளும், மலைகளில் உள்ள பனிப்பாறைகள் 1,600 ஆண்டுகளிலும், ஏரிகள் 17 ஆண்டுகள் 8 நாட்களிலும் முழுமையாக தன்னை மறுசுழற்சிக்கு உட்படுத்திக்

கொள்கின்றது. இவை நீரைக் குறித்த பொதுவான தகவல்களாக இருபதாம் நூற்றாண்டில் கண்டறியப்பட்டவைகளாக உலா வருகின்றன. இருந்தும் இவற்றில் பெரும்பாலான கருத்துக்களை பகவான் புத்தர், இரண்டாயிரத்து ஐந்நூறு ஆண்டுகளுக்கு முன்பாகவே கூறிச்சென்றார் அது குறித்த விவரமான தகவலை இனிப் பார்ப்போம்.

புத்தச் சமயமும் தண்ணீரும்

புத்தச் சமயத்தின் பார்வையில் சுற்றுச்சூழல் மாசுபாடு என்பது நான்கு வகைப்படும் அவை,

1. காற்று மாசுபாடு அடைதல்
2. நீர் மாசுபாடு அடைதல்
3. நிலம் மாசுபாடு அடைதல் மற்றும்
4. பருவகால மாற்றங்கள்

இவைகளே புத்தச் சமயத்தின் பார்வையில் சுற்றுச்சூழல் மாசுபாடுகளாக வகைப்படுத்தப்பட்டுள்ளன. இவற்றில் புத்தர் மிகு முக்கியத்துவமாக நீர் மாசுபாடு அடையாமல் இருப்பதற்காக பல ஒழுங்கு முறைகளை (வினயங்களை) வகுத்துள்ளார்.

புத்தரின் போதனைகளில் நீரின் முக்கியத்துவத்தைப் பற்றி ஒரு நீண்ட விவாதங்கள் இல்லை. ஆனால் அன்றைய காலத்திற்கேற்ற நடைமுறையோடு ஒத்துப்போன மற்றும் தமது அனுபவங்களில் இருந்து கற்ற போதனைகளைப் போதித்த ஒரு சிறந்த வழிகாட்டியாக இருந்தார்.

அவரது போதனைகளிருந்து நீரின் முக்கியத்துவத்தையும் அதற்கான காரணிகளையும் நாம் அறியமுடிகின்றது. ‘நோயைப் குணப்படுத்துவதை விட நோய் வராமல் தடுப்பது சிறந்தது’ என்பது தற்கால சுகாதாரத் துறையில் பிரபலமான ஒரு பழமொழி. அதைப் போலவே புத்தச் சமயம் நீரைப் பாழாக்குவதை விட சேமிப்பது சிறந்தது என்னும் கருத்தை வலியுறுத்துகின்ற சமயமாக வரலாற்றில் உள்ளது

குறிப்பாக புத்தரின் போதனைகளைச் சுற்றுச்சூழல் நோக்கில் சொல்வதென்றால், பௌத்தம் தண்ணீரை மிகவும் மதிக்கின்ற மற்றும் போற்றுகின்ற ஒரு சமயமாகும். அதே நேரத்தில் மனத் தூய்மை

என்பது புத்தர் போதித்த 5 ஒழுக்கக் கோட்பாடுகளான (பஞ்ச சீலம்)

1. உயிர்வதை புரிவதை தவிர்த்திடும் சீலம்
2. பிறர் பொருட்களைக் கவர்வதை தவிர்த்திடும் சீலம்
3. பொய்யுரை பேசாதிருக்கும் சீலம்
4. பிழையுறு காமத்தைத் தவிர்த்திடும் சீலம்
5. மனதினை மயக்கும் மது குடி வெறியினைத் தவிர்த்திடும் சீலம்

ஆகிய இந்த 5 வகையான சீலங்களை ஒருவர் பின் பற்றி வாழும் போது மட்டுமே ஒரு ஆண் அல்லது பெண் மன மகிழ்ச்சி, மற்றும் நிம்மதியோடும், தீவினைப் பதிவுகள் குறைந்து நற்பலன்கள் அதிகம் பெற்று நிறைவாழ்வு வாழ இயலும். ஆறு, ஏரி, குளம், கடல், கிணறு இவைகளில் குளிப்பதால் புண்ணியம் பெறுகின்றார் என்பதையோ, அவரது பாவங்கள் தொலைந்தது, என்பதையோ புத்தரும், புத்தசமயமும் ஒரு போதும் ஏற்றுக் கொண்டதில்லை.

மழையை உருவாக காரணமாகவுள்ள மேகங்களைக் பகவான் புத்தர் திரிபீடகத்தில் மழைக்கான தேவன் அல்லது (தேவா வடமொழி மற்றும் பாலி மொழிச் சொல்) என்ற சொல்லைப் பயன்படுத்தி அழைக்கின்றார். மழைத்தேவன் என்று மேகத்தை தேரவாதா புத்த சமயத்தில் அழைக்கும் அதே நேரத்தில், மகாயான புத்தச் சமயம் மற்றும் வஞ்ஜிரயான புத்தச் சமயத்தில் மழைக்கான கடவுளாக மகா மயூரி கருதப்படுகின்றார், இவர் ஆறு தலைகளுடன், பன்னிரெண்டு கரங்களுடன் மயிலின் மீது அமர்ந்து காட்சித்தருகின்றார். இவரைப் பார்க்கும் போது இந்து சமயத்தின் முருகன் போன்றே தோற்றம் அளிக்கின்றது. முருகன் பாத்திரப் படைப்பே, இளம் வயது புத்தரின் வாழ்வியல் சம்பவங்களே என்ற ஒரு கருத்து தற்போது தமிழ் ஆய்வு புலத்தில் உள்ளது.[61] அதற்குச் சான்றாக மயூரி புத்தர் உள்ளது.

மேலும் இவர் விஷ பூச்சிகள், மற்றும் நோய்களில் இருந்து நம்மை காப்பாற்றுபவர் என்ற நம்பிக்கையும் மகாயான புத்தசமயத்தினரிடம் உள்ளது. அதற்காக இவருக்கான முத்திரையை மற்றும் மந்திரங்களைச் செபித்து வழிபாடு

61. மா.அமரேசன். இளையராஜாவின் இசைப் பாடல்களில் புத்தச் சமயக் கோட்பாடுகள். அறம் பதிப்பகம் 2019

நிகழ்த்துகின்றனர். இந்த முத்திரை மகாமயூரி முத்திரை என்று அழைக்கப்படுகின்றது. தற்போது கொரனா வைரஸ் பாதிக்கப்பட்ட சீனா மற்றும் ஜப்பான், கொரியா போன்ற நாடுகளில் நோய் கட்டுப்பாட்டுக்குள் இருக்க இந்த மகா மயூரி முத்திரையை மக்கள் பெருமளவு கடைபிடிப்பதும் ஒரு காரணம். அந்த மகாமயூரி முத்திரை இதோ.

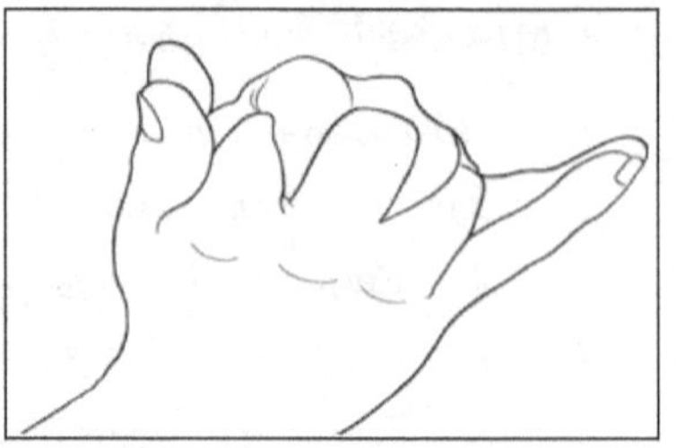

புத்தர் நீரை ஆறுவகையான கருப்பொருளின் கீழ் பிரிக்கின்றார். அவை

1. நீர் அடிப்படைத் தேவை,
2. நீரின் தூய்மை,
3. நீர் ஆன்மீக பயன்பாடும்
4. நீர் மனிதப் பயன்பாடு
5. நீர் மற்றும் மன நலம்
6. நீர் மற்றும் நீரின் **ஆயுட்காலம்..**

இந்த ஆறு கோணங்களில் பகவான் புத்தர் தண்ணீரை மிகவும் முக்கியத்துவம் வாய்ந்ததாகக் கருதினார் அதனை இந்தச் கட்டுரையில் விளக்க முயற்சிக்கின்றேன்.

நீர் அடிப்படைத் தேவை

அடிப்படையில் தண்ணீர் ஒரு முக்கியமான பொருளாகும். உண்மையில் தண்ணீர் இந்தப் பிரபஞ்சத்தின் இயக்குச் சக்திகளான ஐம்பூதங்களுள் மிக அவசியமான மற்றும் முக்கியமான ஒரு பேராற்றலாகும். ஐம்பூதங்கள் என்பது பிரபஞ்சத்தின் பேராற்றலின் இருப்புக் கலமாகும். அவை. 1.நிலம் 2. நீர் 3. நெருப்பு 4. காற்று மற்றும் 5. ஆகாயம் அல்லது விண் ஆயினும் புத்த சமயம் இந்த ஐம்பூதக் கோட்பாடுகளை ஏற்பதில்லை,[62] பௌத்தம் நிலம், நீர், நெருப்பு, காற்று ஆகிய நாற்பெரும் பூதங்கள் மட்டுமே உள்ளதென்ற

62. *Philosophy and Medicine in Early Classical India.*
63. *https://ta.wikipedia.org/wiki/ ஐம்பூதங்கள்.*
64. *Buddhist Cosmology – 31 planes in theravada.*

கருத்தினைக் கொண்டது.[63] ஐம்பூதக் கோட்பாட்டைப் புத்தச் சமயம் எப்போதும் ஏற்றுக்கொண்டதில்லை. அதற்குக் காரணம் புத்தர் வின் பகுதியை 31 பகுதிகளாக வகைப்படுத்தியுள்ளார்.[64] எனவே ஐம்பூதக் கோட்பாட்டுக்குள் விண் அடங்கவில்லை. நிலம், நீர், நெருப்பு, மற்றும் காற்று ஆகியவைப் பிரிக்க முடியாததாகவும், வகைப்படுத்த இயலாத வகையில் உள்ள காரணத்தாலும் அவைகள் பெரும் ஆற்றல்கள் என்ற பொருள்படும் பூதங்கள் என்று அழைக்கப்பட்டன.

புத்தச் சமயம் நீரை இரண்டு காரணங்களுக்காக அடிப்படைத் தேவையான பொருளாகக் கருதுகின்றது. நீர் மனிதன் மற்றும் உயிரினங்கள் பருகுவதற்குத் தேவையான மிக அத்தியாவசியப் பொருளாகும். மனிதன் உணவில்லாமல் முப்பது நாட்களுக்கும் அதிகமாகக்கூட உயிர் வாழமுடியும். ஆனால் குடிப்பதற்குத் தண்ணீர் இல்லாமல் 3 நாட்கள் கூட உயிர்வாழ இயலாது. அந்த அளவுக்கு உலகில் உள்ள உயிரினங்கள் அனைத்துக்குமே நீர் ஒரு அடிப்படைத் தேவையான பொருளாகும். மனித உடல் என்பது 58 சதவிகிதத்திலிருந்து 78 சதவிகிதம் வரை நீர் என்னும் மூலப்பொருளால் ஆனது. எனவே நீர் மனித சமூகத்துக்கு ஒரு முக்கியமான அடிப்படைத் தேவையாகும். நாம் வாழும் பூமியும் 70 சதவிகிதம் நீரால் சூழப்பட்டிருக்கும் ஒரு உயிர்க்கோளமாகும்.

“பனி என்பதை புத்தர் திட நிலையிலுள்ள நீர்” என்றே வரையறுத்துள்ளார். புத்தரின் கோட்பாட்டின் படி மனித உடல் என்பது நான்கு பூதங்களால் உருவாக்ப்பட்டது. அவை நிலம், நீர், காற்று நெருப்பு என்னும் நான்கு மூலப்பொருட்களால் உருவாக்கப்பட்டது. அதனால்தான் மனிதன் அடிப்படைத் தேவைகளுள் முக்கியமானதாக பகவான் புத்தர் நீரைக் கருதினார்.[65] புவியில் மனிதன் உயிர்வாழ அடிப்படைத் தேவையான பொருள் எதுவென்று பகவான் புத்தரைக் கேட்க்கும்போது அவர் மழை மட்டும்தான் புவியில் உயிரினங்கள் வாழ்வதற்குத் தேவையான மிக அடிப்படையானப் பொருள் என பதிலளித்துள்ளார்.[66]

பிக்குகள் மற்றும் பிக்குனிகள் செய்ய வேண்டியவை மற்றும் செய்யக் கூடாதவைகளை என அவர்களின் ஒழுக்க நெறியை வரையறுத்த வினயபீடகத்தில் கூட ஒரு பிக்கு அல்லது பிக்குனி தனக்கு தானம் அளிக்காத எந்தப் பொருளையும் பயன்படுத்த புத்தர்

65. The Collected Discourses of the Buddha. P.128 : Samyuttanikaya I 1998:p.81.
66. The Collected Discourses of the Buddha. P.128 : Samyuttanikaya I 1998:p.81

தடை விதித்துள்ளார். ஆயினும் தண்ணீரை மட்டும் ஒரு பிக்கு மற்றும் பிக்குனி மற்றும் குடும்பத்தார்கள் எவர் வேண்டுமானாலும் தனக்கு தானம் அளிக்காவிட்டாலும், அல்லது தனக்கு உரிமையில்லாத பொருள் என்றாலும் அவற்றைப் பயன்படுத்த அனுமதியளித்துள்ளார். ஏனெனில் நீர் உயிர் வாழ்வதற்குத் தேவையான மிக அடிப்படையான பொருள் என்பதை புத்தர் உணர்ந்திருந்த காரணத்தால் இவ்வாறு அனுமதி அளித்துள்ளார்.[67] மற்றொரு காரணம் நீர் ஒரு தூய்மைப் பொருள், அதாவது நீரைக் கொண்டு மாசடைந்த இடங்கைளைக் கழுவுதல், துணிகளைத் துவைத்தல், உடலைக் குளிர்வித்தல் மற்றும் குளித்தல் ஆகிய தூய்மை பணிகளுக்குப் பயன்படுத்துவது. என இரண்டு காரணங்களைப் பகவான் புத்தர் நீரைக் குறித்து வரையறுத்துள்ளார்.

பொதுவாக இந்திய புத்தச் சமய மடங்களில் குடிப்பதற்கான நீரை ஒரு பகுதியிலும், குளிப்பதற்கான நீர், மற்றும் துணிகளைத் துவைப்பதற்கான நீரை ஒரு பகுதியிலும் என தனித்தனப் பகுதிகளில் வைக்கவேண்டும் என புத்தர் கட்டளையிட்டிருந்தார். மேலும் புதிதாக மடங்களுக்கு வருகின்ற பிக்கு அல்லது பிக்குனிகளுக்கு ஏற்கனவே மடங்களில் தங்கியுள்ள பிக்கு அல்லது பிக்குனிகள் மடத்தின் எந்தப் பகுதியில் குடிநீர் உள்ளது என்பதையும், மடத்தின் எந்தப் பகுதியில் குளிப்பதற்கும், மற்றும் துணிகளைத் துவைப்பதற்குமான நீர் உள்ளது என்பதைச் சுட்டிக்காட்ட வேண்டும் என்பதை ஒழுக்க விதியாகவே வரையறுத்திருந்தார். ஏனெனில் நீர் சிக்கனத்தையும் நீர் மாசுபாடு அடையாமல் காப்பதையும் புத்தர் மிகவும் வலியுறுத்தினார் தனது சீடர்களுக்கு[68] குல்லவாக சுக்தத்தில் புத்தர் இவ்வாறு குறிப்பிடுகின்றார்."

வனப்பகுதியில் வாழும் உயர்நிலை எய்திய பிக்குகள் (அரகத்துகள்) தங்களுடன் எப்போதும் வைத்திருக்கவேண்டிய பொருட்களுள் தண்ணீர் மிக முக்கியமானது என்று கட்டளையிட்டுள்ளார்.[69] மேலும் புத்தர் உயிர்களின் பிறப்பை பற்றிக் குறிப்பிடும் பொழுதும், "குறிப்பிட்ட சில உயிரினங்களின் தோற்றம் அல்லது பிறப்புக்கு மட்டுமே நிலம் காரணமாக இருக்கும், பெரும்பாலான மற்றும் எண்ணிலடங்கா உயிரினங்களின் பிறப்புக்கு நீர்தான் காரணம், நீரிலிருந்தே உலகில்

67. *Carakasamhita – 1960: P.263*
68. *The Vinayapitaka II. 1995: Page No. 208 -209*
69. *Majjhimanikaya I. 2002: Pages 205 -211*
70. *Samyuttanikaya V. 1994: Page No. 467*
71. *The Book of kindred sayings V. 2005: Page.392*

உள்ள உயிரினங்கள் அனைத்தும் உருக்கொள்கின்றன எனக் குறிப்பிட்டுள்ளார்.[70,71]

புத்தச் சமயத்தில் பாடிமோக்க என்பது பாலிமொழியில் உள்ள புத்தச் சமயத் துறவிகளின் ஒழுக்கக் கோட்பாடாகும். இதில் பிக்குகளுக்கு 227 ஒழுக்க விதிகளும், பிக்குனிகளுக்கு 311 ஒழுக்க விதிகளும் உள்ளன. இந்த விவரங்கள் வினய பீடகத்தின் ஒரு சூக்தமான சுத்தவிபங்கா சூக்தத்தில் உள்ளது. மேலும் அனைத்து பிக்கு மற்றும் பிக்குனிகளும் மாதத்திற்கு இரண்டுமுறை பாடிமோக்கா என்னும் ஒழுக்க விதிகளைப் பாராயாணம் செய்ய வேண்டும் என்றும் விதிகள் வகுக்கப்பட்டுள்ளன. அவ்வாறு பாராயணம் செய்ய வரும் பிக்கு மற்றும் பிக்குனிகளுக்கு மடத்தில் உள்ளவர்களும் மற்றும் குடும்பத்தவர்களும், மடத்தின் ஒழுங்கு விதிகளின்படி குடிப்பதற்கான நீரைத் தனியாகவும், தூய்மைப் பணிகளுக்கான நீரை தனியாகவும் வைக்கவேண்டும். எனக் குறிப்பிட்டுள்ளார்.[72] ஏனெனில் நீரை வீணாக்குவதோ, மாசுபடுவதையோ புத்தர் எப்போதும் விரும்பியதில்லை

மேலும், புத்தர் பிக்கு மற்றும் பிக்குனிகள், ஏரி, குளம், கிணறு, ஆறு, மற்றும், குழாய் நீர், தோணி(படகு) நீர், படகில் கொண்டுவரப்படும் நீர், என எல்லா வகையான நீரையும் பயன்படுத்திக் கொள்ள அனுமதி அளித்துள்ளார்.[73] ஏனெனில் நீர் மனிதனின் உயிர் வாழ்வுக்கு அடிப்படைத் தேவையான பொருள் என்பதால் அதில் எந்தப் பாகுபாட்டையும் புத்தச் சமயம் அனுமதிக்கவில்லை.

புத்தரும் அவர் சீடர்களும் எப்போதும் குளித்துவிட்டு தங்கள் உள்ளாடைகளுடன் சூரியனின் வெளிச்சத்தில் சில நிமிடங்கள் தங்கள் உடலைக் காயவைப்பதை வழக்கமாக கொண்டிருந்தனர். ஆரம்பகால புத்தச்சமய நூல்கள் சிலவற்றில் பிக்குகள் மற்றும் பிக்குனிகள் வெந்நீரில் குளித்த செய்தியும் பதிவுசெய்துள்ளனர்.

ஓர் இளம் துறவி (சதிவிஹாரிகா) அதிகாலையில் எழுந்து, தன் குருவுக்கு பல்துலக்க தகுந்த குச்சியையும், முகத்தையும் வாயையும் கழுவ சிறிது தண்ணீரைக் கொடுக்க வேண்டும். பிக்கு அல்லது பிக்குனி பிட்சைக்குச் செல்ல விரும்பும்போது இளம் துறவி (சாதிவிஹாரிகா) பிட்சைப் பாத்திரத்தை நீரால் கழுவிய பின்னரே

72. The Patimokkha 2001: P:3
73. Vinayapitaka I. 1997. Page. No. 205
74. The Book of the Discipline V, 2001: Pp.212 -213

கொடுக்க வேண்டும். அதே போல் பிக்கு திரும்பி குடிலுக்கு திரும்பி வரும்போது கால்களைக் கழுவுவதற்குத் தண்ணீர் கழுவ தயாராக இருக்க வேண்டும். அவர் பிச்சை எடுக்கும்போது, குடிநீரை வழங்க வேண்டும். பிக்கு குளிக்க விரும்பினால், இளந்துறவி (சதிவிஹாரிகா) பிக்குவின் விருப்பத்திற்கு ஏற்ப குளிர்ந்த அல்லது சூடான நீரைத் தயாரிக்க வேண்டும்.[74]

துறவிகள் வாழும் இடங்களுக்கு முன்னால் தண்ணீர் வாளிகள் இருந்தன, அவை குடியிருப்புக்குள் நுழைவதற்கு முன்பு கால்களைக் கழுவுவதற்குத் துறவிகளால் பயன்படுத்தப்பட்டன *(pade pakkhaletva)*. புத்தர் வாழ்ந்தபோது கபிலவத்து சாக்கியன்களில் உள்ள நிக்ரோதரமாவில் ஒரு புதிய சாந்தகரத்தை உருவாக்கி, அதை முதலில் பயன்படுத்துவதன் மூலம் அதை ஆசீர்வதிக்க புத்தரை அழைத்தார். புத்தர் கால்களைக் கழுவிய பின்னரே துறவிகள் குழுவுடன் சாந்தாகரத்திற்குள் நுழைந்தார் [சம்யுத்தானிகயா IV, 2001: பக். 182—185] இதிலிருந்து நாம் பொதுவில் அறிந்து கொள்ள வேண்டிய உண்மை.

புத்தர் வாழ்ந்த காலத்தில் பிக்கு மற்றும் பிக்குனிகள், குடும்பத்தவர்கள் என எவருக்கும் வெளியில் எங்குச் சென்றுவந்தாலும், கால்களைக் கழுவியபின் வீட்டுக்குள் செல்லும் பழக்கம் இல்லை என்றே தெரிகின்றது. அது சுகாதாரமான பழக்கம் இல்லை என்பதால், சுகாதாரத்தை வலியுறுத்த புத்தர் எங்குச் சென்றாலும் கால்களைக் கழுவிய பின்னரே வீட்டுற்குள், அல்லது மடத்துக்குள் செல்ல வேண்டும் என்னும் பழக்கத்தை வலிந்து வலியுறுத்தியிருக்கின்றார். தானும் அவ்வாறே பழக்கப்படுத்தியிருக்கின்றார்.

கோலியா மற்றும் சாக்கியா குலங்களுக்கு இடையிலான பிரச்சனைக்கு காரணம் தண்ணீரைத் தவிர (ரோகினி நதி நீர்) வேறொன்றும் இல்லை. இரண்டு குலங்களின் விவசாயத் தொழிலாளர்களால் இந்தப் பிரச்சனை தொடங்கப்பட்டது, அவர்கள் தோன்றிய குலத்தை குறிப்பிட்டுப் ஒருவர் மற்றொருவரை இழிவுபடுத்தினர். இறுதியாக, பிரச்சினை மன்னர்களை அடைந்தபோது அது ஒரு போராக மாறியது. மனித உயிர்கள் தண்ணீரை விட மதிப்புமிக்கவை என்று புத்தர் அவர்களுக்கு விளக்கினார். [தம்மபாதா மிமிமி, 1993 பற்றிய வருணனை: பக். 254, 255] இந்தச் சூழலில் புத்தர் அளித்த பங்களிப்பு சமூக அமைதிக்கும் வளர்ச்சிக்கு மிகவும் பயனுள்ளதாக இருந்தது.

இதன் பொருட்டு மனித குலத்துக்குத் தெரிவிக்க வேண்டிய செய்தி, தற்போது மூன்றாம் உலகப் போர், தண்ணீருக்காக மட்டுமே நடக்கும்

என்று பலரும் பேசி வரும் சூழ்நிலையில், புத்தர் போதித்த "மனித உயிர்கள் தண்ணீரை விட மதிப்புமிக்கவை" என்னும் கோட்பாட்டின் படி உலக நாடுகளில் உள்ள புத்தச் சமயத்தினர், போரைத் தவிர்க்கும் செயல்களில் ஈடுபட்டுள்ளனர். அதற்காக, ஆசியாவை ஒன்றினைத்து ஆசியக் கூட்டமைப்பை உருவாக்கியுள்ளனர். உலக நாடுகளுக்கும், போரை எதிர்த்து, சமாதானத்தைப் போதிக்கும், புத்த சமயத்தைப் பரப்பி வருகின்றனர். அதற்கான அன்மைய உதாரணம், ஆப்பிரிக்க நாடுகளில் பரவி வரும் புத்தச் சமயம், அங்கு நடைபெறும் இயற்கை வளச்சுரண்டல், மற்றும் சுற்றுச்சூழலைக் காப்பதில் முனைப்பு காட்டுகின்றது. சிறுவர்களுக்குக்க் கல்வியைப் போதிக்கின்றது. அவர்களைத் தீவிரவாதத்தின் பிடியில் இருந்து காப்பாற்றுகின்றது.

நீரின் தூய்மை

நீரின் தூய்மை உடல் நலத்திற்கு மிகவும் ஏற்றதாக இருந்தாலும், நீர் மாசுபாடு ஒரு பெரிய உலகளாவிய பிரச்சினையாக மாறியுள்ளது. "நீர் மாசுபாட்டின் மிக மோசமான விளைவுகளால் மனிதர்களுக்கும், விலங்குகளுக்கும் நீர்தொற்று நோய்கள் உருவாகின்றன, குறிப்பாக வளரும் நாடுகளில், சுகாதாரம் போதுமானதாக இல்லை அல்லது இல்லாத நிலையில் இருக்கலாம். ஒட்டுண்ணிகள் அல்லது பிற நோய்களை உருவாக்கும் நுண்ணுயிரிகள் அசுத்தமான நீர் வழியாக பரவுகிறது, குறிப்பாக மலத்திலிருந்து வெளியேறும் நோய்க்கிருமிகளால் நீர் மாசடைகிறது.

புத்தர் தண்ணீரின் தூய்மையில் மிகுந்த அக்கறை கொண்டிருந்தார். அவரைப் பொறுத்தவரை, சங்கத்தின் உறுப்பினர்களான துறவிகள் மற்றும் பிக்குனிகள் பின்வரும் ஒழுக்க (வினயா) விதியைக் கடைப்பிடிக்க வேண்டும். 'நான் ஒருபோதும் தண்ணீரை மாசு படுத்தமாட்டேன் அல்லது தண்ணீரில் துப்ப மாட்டேன், என்னும் உறுதிமொழியையும், பயிற்சியும் அளித்திருந்தார் என்பது கவனிக்க வேண்டிய ஓர் அம்சமாகும்.[75,76]

6ஆம் நூற்றாண்டில் புத்தர் வாழ்ந்த காலத்தில் மக்களும் ஆட்சியாளர்களும் நீரின் முக்கியத்துவம் அறியாத ஒரு காலத்திலேயே புத்தர் நீரின் முக்கியத்துவத்தை அறிந்திருந்தார். மேலும், நீரைப் பாதுகாப்பது எப்படி என்பதை மக்களுக்கும் கற்பித்திருந்தார்.

---

75. The Book of Discipline III. 2004: P.425,
76. The Vinayapitaka IV: 2001 p 350

உதாரணமாகச் சொல்வதென்றால் அவரிடம் கேட்க்கப்பட்ட ஒரு கேள்வி, தூய நீரில் மலம் மற்றும், சிறுநீர் கழிப்பதற்கு அனுமதி உண்டா? பகவானே என்னும் கேள்விக்கு, பதிலளித்த புத்தர், இவ்வாறு கூறினார். ஒரு போதும் அனுமதியில்லை. ஒரு பாத்திரத்தில் நீரை எடுத்துக் கொண்டுபோய், நீர் நிலையை விட்டு போதுமான தூரத்தில் அவைகளை நிகழ்த்தவேண்டும் என்று பதிலளித்தார். அந்தக் காலத்தில் இது மக்களிடம் பரவலான பழக்கமாக இருந்திருக்க வேண்டும். நவீன உலகில் மக்கள் அதை அரிதாகவே செய்கிறார்கள்.

ஒரு துண்டு துணியால் செய்யப்பட்ட வடிகட்டி மற்றும் (டானபரிசேவானா) வடிகட்டிகளின் கைப்பிடி (உடன் வடிகட்டி ஒரு கைப்பிடி), *katacchuparissavana* (துளையிடப்பட்ட லேடில்), ஒட்டாரகா (ஒரு வகையான வடிகட்டி), (தமகாரகா) (வடிகட்டியுடன் கூடிய தண்ணீர் பாட்டில்) மாசுபட்ட நீரின் காரணமாக எழும் நோய்களைக் கடக்க மிகவும் பயனுள்ளதாக இருக்கும்.

சுத்தமில்லாத தண்ணீரைப் பருகுவதால் துறவிகள் எளிதில் நீரினால் வரக்கூடிய நோய்களுக்கு ஆளாவதால், துறவிகள் அனைவரும் தங்களுடன் எப்போதும், தண்ணீர் குடுவை, நீர்வடிகட்டி, மற்றும் கைப்பிடி இவைகளைத் தன்னுடன் எப்போதும் வைத்திருக்க வலியுறுத்தினார். துறவிகள் எவரும் வடிகட்டி இல்லாமல் பயணத்தைத் தொடங்கக்கூடாது, வடிகட்டி அவருடன் இல்லையென்றால் அவர் தனது அங்கியின் ஒரு மூலையைப் பயன்படுத்தி தண்ணீரை வடிகட்டிக் குடிக்கவேண்டும். தேரவாத பாரம்பரியத்தின் படி, ஒரு பிக்கு ஒரு கிராமத்தில் நுழைவதற்கு ஒருவருக்கு 'எட்டு கருவிகள்' *(atthaparikkhara)* தேவை, நீர் வடிகட்டி அவற்றில் ஒன்று.

பிக்குகள் மற்றும் பிக்குனிகள் தற்காலிக தங்குமிடங்களான கூடாரங்கள் எங்கு அமைக்கப்படக்கூடாது என்று செனாசன வட்டா சூத்தம் பட்டியலிடுகிறது: மக்கள் வசிக்கும் இடங்களுக்கு அருகிலும், குடிநீர் அல்லது கழுவும் தண்ணீருக்கு அருகில் தங்குமிடங்களை ஒருவர் அமைக்கக்கூடாது.

ஆகுந்தகா சுக்தத்தின் இல் உள்ள பிரிவின்படி, துறவிகள் கால்களைக் கழுவும்போது, அவர்கள் ஒரு கையால் தண்ணீரை ஊற்றி, மற்றொரு கையால் கால்களைக் கழுவ வேண்டும். அவர்கள் இருவரும் ஒரே கையால் தண்ணீர் ஊற்றி, கால்களைக் கழுவக்கூடாது (தண்ணீர் சிக்கனம்) நீரின் தூய்மையைப் பாதுகாக்க சிறந்த வழி மக்களின் மனப்பான்மையை மாற்றுவதாகும். மக்களின் மனப்பான்மையை

மாற்றுவதற்காக பௌத்த நூல்களில் நீரின் தூய்மையைப் பாதுகாக்க பரிந்துரைக்கப்பட்ட சிறந்த சூக்தங்கள் பல உள்ளன.

மழைக்காக வேண்டுதல் நிகழ்த்தும் நிகழ்வும் புத்தச்சமயத்தில் உள்ளது. மழை மனிதர்களுக்கு மட்டும் தேவைப்படுவதல்ல, விலங்குகள், தாவரங்கள், பூச்சிகள் மற்றும் பறவைகள் என அனைவருக்கும் மழை அவசியம் தேவைப்படுகின்ற ஒன்றாகும். புத்தச்சமய இலக்கியங்கள் மழையை தாய்ப்பாலுடன் ஒப்பிடுகின்றன. பிறந்த குழந்தைக்குத் தாய்ப்பால் எந்த அளவு அவசியமான உணவோ, அதைப்போலவே இந்தப் பூமியில் வாழ்கின்ற அனைத்து உயிரினங்களுக்கும் மழையும் அவசியமான உணவு என்கிறது.[77] வழக்கமாக ஆடிமாதம் கூழ் ஊற்றும் நிகழ்வுக்காக கைகளில் மஞ்சள் கயிறைக் கட்டிக்கொண்டு பஞ்சசீலக் கொள்கையின்படி ஒரு குறிப்பிட்ட நாட்கள் வாழ்ந்து வந்தால் இறுதிநாளில் மழை பொழியும் இது அடிப்படையில் புத்தச்சமயத்தின் மழை வேண்டுதல் நிகழ்ச்சியாகும்.

---

77. Environmental Ethics and Buddhism by Parves intongpan – page No. 151

புத்தச் சமய நதிகள்

புத்தர் இமய மலையின் அடி வாரத்திலுள்ள நேபாள நாட்டில் பிறந்தவர் என்பதால், இமய மலையில் உற்பத்தியாகி சமவெளிப் பகுதியில் பாய்ந்து வரும் நதிகளான, கங்கா, யமுனா, ரபதி, கந்தக நதி, காகரா ஆகிய நதிகளோடு சிறு வயது முதலே அவருக்கு பழக்கம் இருந்தது. இந்த நதிகளில் எல்லாம் அவர் சிறுவயதிலிருந்தே நீராடியும் விளையாடிய நதிகளாகும். புத்த சமயம் அனைவருக்கும் நீரை சமமாக பாவிக்கும் நோக்கில் உருவான சமயமாகும்.

ரோகினி நதி

புத்தரின் வாழ்க்கையில் முக்கியத் திருப்பத்தை உருவாக்கிய நதி ரோகினி நதி. இந்த நதியின் ஒரு கரையில் புத்தர் பிறந்த சாக்கியர்களின் குலமும், மற்றொரு கரையில் புத்தரின் தாய் பிறந்த கோலியர் குலமும் வாழ்ந்து வந்தன. வறட்சியின் காரணமாக, நதி நீரை பங்கிட்டுக் கொள்வதற்கு பதிலாக, சாக்கியர்கள் கோலியர்களின்

The Rohini River Queen Maya crossed. She stopped at Lumbini and gave birth to Siddhatha.

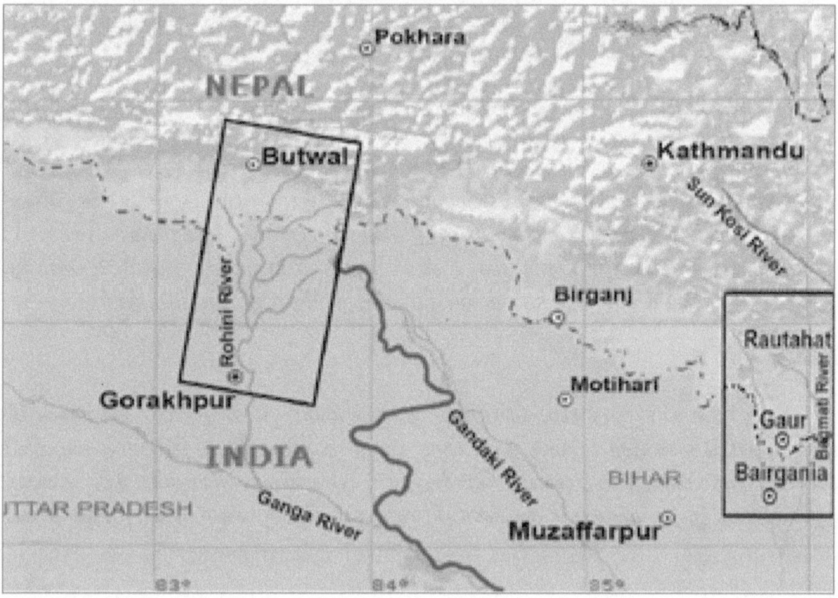
Pokhara
NEPAL
Butwal
Kathmandu
Sun Kosi River
Rohini River
Birganj
Rautahat
Bagmati River
Motihari
Gorakhpur
Gaur
INDIA
Bairgania
BIHAR
TTAR PRADESH
Ganga River
Gandaki River
Muzaffarpur
83°
84°
85°

மீது போர் தொடுக்க வேண்டும் என்னும் சாக்கியச் சங்கத்தின் தீர்மானத்தை எதிர்த்த காரணத்தாலே புத்தர் துறவறம் பூண்டார். நேபாளத்தில் இந்த நதி ரோகிணி நதி என்று அழைக்கப்படுகின்றது.

அதே நதி சமவெளிப் பகுதியான இந்தியாவில் (உத்தர பிரதேசத்தில்) பாயும் பொழுது சபதி என்று அழைக்கப்படுகின்றது தற்போதைய நிலையில்

அனோமா நதி

புத்தரின் வாழ்வில் ரோகிணி நதியைப் போலவே அனோமா நதிக்கும் மிக முக்கியத்துவம் உள்ளது. ஏனென்றால் புத்தர் துறவறம் பூண்டது அனோமா நதிக்கரையில். மேலும், புத்தர் தனது அரச உடைகளைக் கலைந்து துறவாடையை அணிந்து கொண்டு அவற்றை, தனது தேரோட்டியான சன்னாவிடம் கொடுத்தது அனோமா நதிக்கரையில். மேலும், தனது குதிரை கந்தகத்திடம் இருந்து விடை பெற்றதும் அனோமா நதிக்கரையில்தான்.

நேபாள நாட்டில் அனோமா என்று அழைக்கப்படும் இந்த நதி, சமவெளிப் பகுதியான உத்திரப் பிரதேசத்தில் குதுவா நதி என்றழைக்கப்படுகின்றது. மேலும் உத்திரப் பிரதேசம் பாஸி மாவட்டம் உள்ள பாஸி நகரத்தில் பேரரசர் அசோகர் புத்தரின் நினைவாக எழுப்பிய 3 ஸ்தூபிகள், இன்றும் உள்ளன. அவை ஒவ்வொன்றும் ஒரு கிலோ மீட்டர் தொலைவில் உள்ளது.[78]

நிரஞ்சனா நதி

புத்தர் துறவறம் பூண்டு தனது தவ வாழ்வை ஆரம்பித்தது நிரஞ்சனா நதிக்கரையிலுள்ள டொங்கேஸ்வரி குகையில்தான். ஆறு ஆண்டுகள் புத்தர் இங்கே தங்கியிருந்து தனது தவ வாழ்வை மேற்கொண்டார். இந்த நதி தற்போது பீகாரில் உள்ள கயா மாவட்டத்தில் உள்ளது. இங்கே தான் புத்தருக்குச் சுஜாதா பாற் சோறு அளித்தார்.

பல்கு நதி

புத்தர் உயர்ஞானம் எய்திய உருவேலா வனத்தில் பல்கு நதி பய்ந்தோடுகின்றது பல்கு நதி. ஒரு வார காலம் போதி மரத்தடியில் தவமிருந்த பிறகு ஞானம் பெற்றதும் முதலில் குளித்த நதி பல்கு நதியாகும். இந்த நதியின் துணையாறுதான் நிரஞ்சனா நதி. புத்தச் சமய

78. Udan Bhan Jagdish Kashap. P. No.13

இலக்கியங்களில் பல்வேறு இடங்களில் குறிப்பிடப்படும் நதி பல்கு நதியாகும். இந்த நதி கங்கையில் கலக்கின்றது. கயா மாவட்டத்தில் உள்ளது. புத்தச் சமயத்தவர்களைப் பொருத்தவரையில் இது கங்கை நதிக்கு இணையாகக் கருதப்படும் நதியாகும்.

கஸ்பா நதி

பல்கு நதியின் துணை ஆறு கஸ்பா நதியாகும். உருவேலா கஸ்யப்பர், கஸ்பா கஸ்யப்பர். நிரஞ்சனா கஸ்யப்பர் ஆகிய மூன்று சகோதரர்களான பிராமணர்களோடு 500 பிராமணர்களையும் சமய மாற்றம் செய்த கிராமம் கஸ்பா கிராமம் இந்தக் கிராமத்தில் உற்பத்தியாகி பாய்ந்தோடும் நதி கஸ்பா நதியாகும். இது புத்த காயாவுக்கு அருகில் நிரஞ்சானா மற்றும் கஸ்பா ஆகிய இரண்டு நதிகளும் ஒரே இடத்தில் பல்கு ஆற்றில் கலக்கின்றது.[79]

அக்கிரவதி நதி

கோசல தேசத்தில் (தற்போதுள்ள உத்திரப்பிரதேசத்தில்) பாய்கின்ற நதியாகும். இந்த நதிக்கரையிலுள்ள கிராமம் ஒன்றில் வாழ்ந்து வந்த வசிட்ட என்னும் பிராமணருக்குப் புத்த சமயத்தவர்களின் உணவுக் கோட்பாட்டை விளக்கிச் சொன்ன இடமாகும். மாமிசம் சாப்பிடாத ஒருவனை விட ஐந்தொழுக்கத்தின்படி வாழ்ந்து வரும் ஒருவர் மாமிசம் சாப்பிடுவாரென்றாலும் அவர் உயர்வானவரே என்பதை போதித்த இடம்.

கக்குதா நதி

கக்குதா நதி நேபாளத்தில் உள்ள கபிலவஸ்த்துவிலிருந்து எட்டு கிலோ மீட்டர் தொலைவில் உள்ளது. கோரக்பூர் மாவட்டத்திலிருந்து அரை கிலோ மீட்டர் தொலைவில் பாய்ந்து ஓடுகின்றது. பகவான் புத்தர் ராஜகிரகத்திலிருந்து குஷி நகருக்கு இந்த நதியின் வழியாக பயணம் செய்ததாக தீக நிகாயம் தகவல் அளிக்கின்றது

தேரி நதி

பகவான் புத்தர் சாரனாத் செல்லும் பொழுதெல்லாம் அங்குள்ள தேரி நதிக்கரையோரம் தங்கிச் செல்வார், என்று புத்தச் சமய இலக்கியங்கள் தகவல் அளிக்கின்றது.

---

79. Buddha andh His dhamma page. No. 129

ஹிரன்யவதி நதி

குஷி நகரிலுள்ள மல்லா ராஜ்ஜியத்தின் இரு கரைகளிலும் பாய்கின்ற நதியாகும். பகவான் புத்தர் தனது இறுதி பயனத்தை இங்கே மேற்கொண்டார். தனது உடல் நலிவுற்றிருந்த இறுதி நேரத்தில் பகவன் புத்தர் பலமுறை இந்த நதியின் நீரை அருந்தினார். வணிகரான பிண்டகர் தனது 500 மாட்டு வண்டிகளோடு இந்த நதியைக் கடந்த போது நதியின் நீர் கலங்கிப் போயிருந்தது. சில மணி நேரம் கழித்து நதி நீர் தெளிவடைந்த போது அனந்தரிடம் கேட்டு இந்த நதியின் நீரை அருந்திய பிறகே பகவான் புத்தர் மகாபரிநிர்வானம் அடைந்தார்.[80,81]

நதி நீரைக் குறித்து பகவான் புத்தரின் கருத்து,

ஒரு முறை பகவான் புத்தரிடம் அவரின் சீடர் ஒருவர், ஒரு கேள்வியைக் கேட்டார். அது பால் சுவையானதா? தேன் சுவையானதா? என்று. அதற்கு பகவான் அளித்த பதில் , உண்மை எல்லாவற்றையும்விட மிகு சுவையானது. அதற்கு அடுத்தது நதியின் நீர். மிகு சுவையானது. ஏனென்றால் நதியின் நீர் அனைவருக்கும் பொதுவானது. எல்லா உயிரினங்களும் நீரை நம்பியே வாழ்கின்றது. உயிரினங்கள் நீர் அருந்தும் இடத்தில் சமாதானத்தோடு நீர் அருந்தும். எனவே சமத்துவத்தைக் கொண்டுவருவது நீர்தான். எனவே நதியின் நீர் எல்லாவற்றையும் விட மிகு சுவையானது என்கிறேன் நான்.

தேனீக்கள் உழைத்துச் சேமிப்பவற்றை மனிதன் திருடித் திண்கின்றான் எனவே அது உண்மையில் சுவையான ஒன்று அல்ல. பால் மனிதர்களுக்கான உணவன்று அல்ல, அது பசுவின் கன்றுக்காக ,இயற்க்கை படைத்தது அதை மனிதன் உண்பதால் பசுவின் கன்றுக்கு உணவு கிடைப்பதில்லை, எனவே மனிதர்கள் அருந்துகின்ற பால் பசுவின் கன்றுவிடம் இருந்து களவாடப்பட்டது. எனவே திருடித் திண்ணும் எதுவும் சுவையானது கிடையாது எனப் போதித்தார்.[82]

---

80. Vinaypitak. Page No. 25
81. Digha Nikay II P.No. 129, 134
82. Dhammapada, Attakatha and Manorathapurani, Mahavaggar.

புத்தச் சமய வனங்கள்

புத்தர் ஒவ்வொரு பிக்கு மற்றும் பிக்குனிகளுக்கும் தம் வாழ்நாள் முழுவதும்

1. நிழல் தரும் மரங்களையும்
2. கனி தரும் மரங்களையும்,
3. மலர் தரும் தாவரங்களையும்

நட்டுப் பராமரிக்க கட்டளை யிட்டுள்ளதால் புத்தர் வாழும் காலத்திலேயே பல பிக்குகள் வனங்களைப் பராமரித்து பல்கி பெருகச் செய்துள்ளனர்.

புத்தர் பிறந்ததே லும்பினி வனத்தில்தான் என்பதால் புத்தர் காடுகளை வளர்ப்பதில் அக்கறை செலுத்தினார் என்றொரு மேலை நாட்டு அறிஞர் சுற்றுச்சூழலின் அவசியம் அதை வளர்ப்பதால் மனிதர்களுக்கு விளையும் பயன் இவை எதையும் அறியாமல் எழுதியுள்ளார்.

புத்தர் தம் வாழ்நாளில் 61 காடு களைக் கடந்து பயணித்ததாக புத்தச் சமய இலக்கியங்கள் குறிப்பிடுகின்றன.

இது குறித்த விவரமான பதிவுகளைத் திரிபீடகம், அட்டக் கதைகள், ஜாதகக் கதைகள், புத்தர் வாழ்ந்த காலத்தின் நிலவியல் அமைப்பு ஆகியவற்றில் இருந்து அறிந்து கொள்ள இயலும். அப்போதிருந்த காடுகள்,

1. இயற்கைக் காடுகள்,
2. மனிதர்களால் உருவாக்கப்பட்ட காடுகள்,
3. மான் பூங்காக்கள்
4. துணைக் காடுகள்,
5. சோலைகள் எனப் புத்தச் சமய இலக்கியங்களில் வகைப்படுத்துப் பட்டுள்ளது.

புத்தர் தனது பயணத்தைப் பகல் முழுவதும் இருக்குமாறு அமைத்துக் கொண்டார். இரவில் நீர் நிலைகளின் அருகில் தனது தங்கும் இடம் இருக்குமாறு பார்த்துக் கொள்வார். இனி புத்தச் சமய இலக்கியங்களில் குறிப்பிடப்படும் வனங்களைக் காண்போம்.

1. அக்கி வனம்
2. அமர்பாலி வனம்
3. அம்பட்டகா வனம்
4. அம்பல வனம்
5. அன்கன வனம்
6. அஞ்சன வனம்
7. அமலக்கி வனம்
8. அந்த வனம்
9. அசவனம்
10. அசே வனம்
11. அசிபட்ட வனம்
12. ஆனந்த வனம்
13. உடுக்க வனம்
14. கந்தக வனம்
15. கரந்த வனம் (ராஜ்கிரக)
16. கரந்தக வனம் (இமாலம்)
17. கரந்த வேலுவனம்

18. கலட வனம்
19. குதந்தான வனம்
20. குந்த வனம்
21. குறு வனம்
22. குலு வனம்
23. குசா கால வனம்
24. கேமிகா அமரவனம்
25. குணவனம்
26. சித்ரலதா வனம்
27. ஜம்பு வனம்
28. ஜதிய வனம்
29. ஜீவக்கம்பா வனம்
30. ஜேத வனம்
31. தண்டக்க வனம்
32. தவ வனம்
33. பஷ்சி வனம்
34. பிப்பாலி வனம்
35. நயக்குரோத வனம்
36. நாக வனம்
37. வேஷக்கட்ட வனம்
38. புத்த வனம்
39. மகா வனம் (வைசாலி)
40. மகா வனம் (கபிலவஸ்த்து)
41. மகா வனம் (ராஜகிரக)
42. மகா வனம் (உருவேலா)
43. மகாசக்க வனம்
44. பஸ்தி வனம்
45. பத்ர வனம்
46. பீலி வனம்
47. பின்னல வனம்
48. பேஷக்கால வனம்

49. லும்பினி வனம்
50. பிருந்தா வனம்
51. வேலு வனம் (புச்சகாலா)
52. வேலு வனம் (ராஜகிரகா)
53. சேக வனம்
54. சிஸ்சபா வனம் (சேத்வயா)
55. சிஸ்சபா வனம் (ஆலவி)
56. சால் வனம்
57. வேஷகால வனம்
58. பரிலேக்கிய வனம்
59. சிஷ்பா வனம் (அலோபினாட்)
60. ஈர வனம்
61. சிஸ்சபா வனம் (கவசாம்பி)[83]

சால் வனம்

புத்தர் பிறந்தது கபிலவஸ்துவிலுள்ள சால் வனத்திலுள்ள லும்பினித் தோட்டத்தில் சால் மரத்தினடியில் பிறந்தார். தற்போதுள்ள தெற்கு நேபாலில் கபிலவஸ்த்துக்கு அருகில் உள்ளது லும்பினி தோட்டம். பேரரசர் அசோகரின் நினைவுத் தூண் ஒன்று லும்பினி தோட்டத்திலும், மற்றொன்று புத்தர் பிறந்த இடத்திலும்.[84] தற்போதும் உள்ளது.

உருவேலா வனம்

கயா நகரிலுள்ள உருவேலா வனத்திலுள்ள அரச (போதி) மரத்தின் கீழ் ஏழுநாட்கள் தியானம் செய்து இறுதியாக வைகாசி மாதம் முழுநிலா நாளில் முழு புத்தர் ஞானம் (சம்போதி) அடைந்தார். இதையே அந்த அரசமரத்திற்கு பாலி மொழியில் சம்போதி எனவும் மகாபோதி எனவும் இன்றும் அழைக்கப்படுகிறது.

அமர்பாலி வனம்

நாதிகாவில் தங்கியிருந்த பகவான் புத்தர் இடமாற்றத்திற்காக வைசாலிக்குச் சென்றார். அப்பொழுது உலகம் முழுவதும் 32 ஆயிரம் பிக்குகள் புத்தச் சமயத்தை சார்ந்தவர்களாகவும், புத்தரைப்

---

83. அக்குந்தர நிகாயம் பக்கம் – 131, 139, 392
84. The Seeker's glossary of Buddhism Page. No.341

பின்பற்றுபவர்களாகவும் இருந்தனர்.[85] புத்தருடன் எட்டாயிரம் பிக்குகள் தங்கியிருந்தனர்.[86] தன்னுடன் தங்கியிருந்த எட்டாயிரம் பிக்குகளுடன் வைசாலி நகரத்தின் அருகில் இருந்த மாஞ்சோலையில் தங்கியிருந்தார்.

அந்த மாஞ்சோலை வைசாலி அரசாங்கத்தின் நடனமாதாக இருந்த அமர்பாலிக்கு சொந்தமானதாக இருந்தது. மேன்மைதாங்கிய புத்தர் தனது எட்டாயிரம் சீடர்களுடன் தனது மாஞ்சோலையில் தங்கியிருப்பதை அறிந்த நடனமங்கை அமர்ப்பாலி விரைந்து வந்து புத்தரைச் சந்தித்து ஆசியைப் பெற்றுக் கொண்டார்.

மேலும் அவர் தங்கியிருந்த அந்த மாஞ்சோலை மற்றும் அதைச் சுற்றியிருந்த அவருக்குச் சொந்தமான இடம் அனைத்தையும் புத்தரின் சங்கத்துக்குத் தானமளித்து கூடுதலாக உயர்ஞானம் எய்திய புத்தர் மற்றும் அவரது சீடர்கள் அனைவரோடும் தமது வீட்டில் உணவு ஏற்க வேண்டுகோள் விடுத்தார். புத்தரும் அதனை ஏற்றார்.[87]

அடுத்த நாள் காலையில் அமர்பாலியின் வீட்டில் தனது சீடர்களுடன் உணவை ஏற்ற பகவான் புத்தர். அமர்பாலியின் வேண்டுகோளுக்கினங்க தம்மத்தை போதித்தார். அவரின் போதனையை கேட்ட அமர்பாலி தனது செல்வம் அனைத்தையும் சங்கத்துக்கு தானமளித்து பிக்குனியாக தம்மை புத்தச் சங்கத்தில் இணைத்துக் கொண்டார்.[88,89]

அமர்பாலி குறித்த அப்போதைய மகத அரசும், இப்போதைய மகத மக்களும் மிகு மரியாதை கொண்டுள்ளனர். அமர்பாலி குறித்த பல திரைப்படங்கள் வந்துள்ளன. தற்போது கூட ஒரு தொலைக்காட்சி தொடர் பீகாரில் ஒளிபரப்பாகிறது.

அம்பாலித்திகா வனம்

நாளந்த மற்றும் ராஜகிரகத்துக்கும் இடையில் உள்ளது அம்பாலித்திகா வனம், இங்கு, பகவான் புத்தர் தனது 500 சீடர்களுடன் தங்கியிருந்த போது, பகவான் புத்தருக்கும் மற்றும் ராகுலனுக்குமான இறுதி உரையாடல் இங்கே நிகழ்ந்தது. மேலும் பகவான் புத்தர்

---

85. Vimalakirti Nirdesa Sutra.
86. Vimalakirti Nirdesa Sutra.
87. புத்தரும் அவர் தம்மமும் பக்கம் 420.
88. Buddha and His Dhamma. Page. No. 403
89. Sanyutta Nikaya, Sangaraa Sutta
90. Buddha and His Dhamma – Page. No. 377, 453, & 459
91. Anguttara Nikaya, Chutukka Nipat

தனது இறுதிப் பயணத்தை இங்கிருந்தே துவங்கினார்.[90,91]

வேலு வனம் ராஜகிரகா மற்றும் அம்பவனம் ராஜகிரகா

மகத அரசன் பிம்பிசாரன் பகவான் புத்தருக்குத் தானம் அளித்த வனம் வேலு வனம். சாரிபுத்தர் மற்று மக்கலன் ஆகிய சகோதரர்களைத் தனது முதன்மைச் சீடர்களாக அறிவித்த இடம். ராஜகிரக வேலுவனம். பகவான் புத்தர் அப்போது தனது 500 சீடர்களுடன் அங்கே தங்கியிருந்தார்.[92] ஜீவகன் என்னும் மருத்துவர் பகவான் புத்தருக்குத் தானம் அளித்த வனம் அம்பவனம்.

ஜெத வனம்

அரசன் பசந்த்ஜி யை சமய மாற்றம் செய்த இடம், ஜெட்ட வனம் மற்றும் பகவான் புத்தரின் பத்து முதன்மைப் சீடர்களுள் ஒருவரான சாரிபுத்தாவை ஜெட்ட வனத்திலுள்ள கவுதாகுட்டி விகாரில் இறுதியாக சந்தித்த இடம் ஜெட்ட வனம்.

ஜெத வனம் உத்தரவதி

பகவான் புத்தர் உத்தரவதி நகரத்திலுள்ள 500 பிராமணர்களுக்குச் சமய மாற்றம் நிகழ்த்திய இடம் ஜெட்டவனம்

ஜெத வனம் கோசல நாடு

அங்குலி மாலாவுக்கு புத்தச் சமயத் தீட்சை அளித்த இடம்

உபவனம் குஷியானாரா

பகவான் புத்தர் நிர்வாண நிலையை எய்திய வனம் உபவனம்.

மகாவனம் வைசாலி

பகவான் புத்தர் உயர்ஞானம் எய்திய பிறகு சாக்கிய தேசத்திற்குச் சென்று வந்த பிறகு வைசாலியிலுள்ள மகாவனத்திலுள்ள கூடகார வளாகத்தில் தங்கியிருந்த போது பகவான் புத்தரின் சித்தியான மகாபிரஜாபதி கௌதமியும் மற்றும் யசோதர அவர்களுடன் சாக்கியக் குலத்து 500 பெண்களும் அனைவரும் துவறாடை அணிந்து பிக்குனிகளாக துறவறம் ஏற்றுக்கொண்ட இடம்.[93,94]

---

92. புத்தரும் அவர் தம்மமும்
93. *Buddha and his Dhamma – Page. 180*
94. *Dhammapada, Yamakka Vaggo 11*

உயர்ஞானம் எய்திய பிறகு புத்தர் தனது பயணம் மற்றும் போதனைகள் முழுவதையும் காடுகளில் இருக்கும் படியாகவே அமைத்துக் கொண்டார். காடுகளில் தனது சீடர்களுடன் பயணிக்கும்பொழுது காடுகளில் உள்ள மரங்களுக்கும், வனத்திற்கும் எந்தத் தீங்கும் இல்லாமல் பார்த்துக் கொண்டார். தனது சீடர்களை நகரங்களில் இல்லாமல் வனங்கள் அல்லது சோலைகள், பூங்காக்களில் விகார் அமைத்து அங்குத் தங்கி தம்மத்தைப் பரப்பக் கேட்டுக் கொண்டார். தேவையில்லாமல் வன விலங்குகளைக் கொல்வதையும், மரங்களை வெட்டுவதையும் , வனத்தை அழிப்பதையும் அவர் ஒரு போதும் அனுமதிக்கவில்லை. தம்மத்துடன் சேர்த்து வனப் பாதுகாப்பையும் பல்லுயிர்சூழல் பாதுகாப்பையும் ஒருசேர வலியுறுத்திய சமயம் புத்தச் சமயம். மற்றும் பகவான் புத்தர் ஆவார்.

புத்தச் சமயத் தாவரங்கள்

புத்தரின் சரித்திரம் முழுவதிலும், புத்தரின் வாழ்வில் நிகழ்ந்த ஒவ்வொரு சம்பவத்தின் போதும் ஏதேனும் ஒரு தாவரம் சாட்சிய மாக்கப்பட்டிருக்கின்றது, அல்லது முக்கியத்துவப் படுத்தப் பட்டிருக் கின்றது. அதற்குக் காரணம், இன்றும் பழங்குடிகள் முக்கியமான இடங்களையும் சம்பவங் களையும் காட்டிலுள்ள மரங்களை வைத்தே அடையாளப் படுத்துவார்கள். அதேபோல புத்தரும் பழங்குடி வம்சத்தைச் சேர்ந்தவர் என்பதால் அவர்களுக்கே உரிய இயல்பான அறிவோடு மரங்களோடு தொடர்பு படுத்தியே அவர் பேசவும் உபதேசிக்கவும் செய்தார்.

அவருக்குப் பின் வந்தவர்களும், அதே பழக்கத்தைத் தொடர்ந்தனர். புத்தசமயத்தைச் சிங்களத்திலிருந்து ஆங்கிலத்துக்கும், சமஸ்கிருதத்திலிருந்து ஆங்கிலத்துக்கும், பாலியிலிருந்து ஆங்கிலத்துக்கும் மொழிப்பெயர்த்த வர்களும், சம்பவங்களையும்

இடத்தையும் மரங்களை வைத்தே அடையாளப் படுத்தினார்கள். போதிசத்வா அம்பேத்கர் அவர்களும், சுற்றுச்சூழல் நோக்கிலேயே தமது புத்தரும் அவர் தம்மமும் நூலை படைத்தார். அது சம்பந்தமான ஆய்வுகள் இந்திய சூழலில் இல்லை.

அந்த வகையில் தமிழ்ச் சூழலில் சுற்றுச்சூழல் நோக்கில் புத்தசமயத்தை அணுகுவதே இந்தப் புத்தகத்தின் நோக்கம். அந்த நோக்கத்திலேயே புத்தரின் வாழ்வோடு நிகழ்ந்த நிகழ்வுகளையும் அதனுடன் தொடர்புடைய தாவரங்களையும் இந்தக் கட்டுரையில் நினைவுபடுத்துகின்றேன்.

நிகழ்வு - 1

புத்தரின் தாயார் மகாமாயா தேவி புத்தரைத் கருவுற்றிருந்தபொழுது, அவருக்கு வந்த கனவொன்றில் திசைக்காவலர்கள் நால்வர் அவரை ஏந்திச் சென்று இமயமலையின் அடிவாரத்தில் உள்ள மானசரோவர் ஏரிக்கு அருகில் உள்ள பெருத்த சால் மரத்தின் அடியில் கிடத்தினர். அவருக்கு அருகே திசைக்காவலர்கள் நால்வரும் காவல் நின்றபொழுது, திசைக்காவலர்களின் மனைவியர் நால்வரும் அங்கு வந்து மகாமாயாவை மானசரோவர் ஏரிக்கு அழைத்துச் சென்றனர்.

பின்னர் அந்த ஏரியில் அவரை நீராட்டி, நல்லுடை உடுத்தி, நறுமனம் தெளித்து பூக்களால் அலங்கரித்தனர். மிக்குயர்ந்தோரைக் கானச் செல்வோர்க்குப் பொருந்தும் வண்ணமாய். அதன் பின்னர் சுமேதர் என்னும் போதி சத்துவர் அங்குத் தோன்றி மகாமாயாவிடம் என் இறுதிப் பிறப்பைப் பூவுலகில் எய்த விரும்புகின்றேன், எனக்குத் த்தாயாரக இருக்கச் சம்மதிப்பீர்களா என்றார். அப்படியே ஆகட்டும் அது எனக்கு மகிழ்ச்சியே என்றார் மகாமாயா. இந்தக் கட்டத்தில் கனவிலிருந்து விழித்தார்.[95,96,97]

நிகழ்வு - 2

மகாமாயா பிரசவத்துக்காக தனது தந்தையின் ஊரான தேவதகைக்குச் செல்லும் வழியில், சால் மரங்களும், மற்ற மரங்களும் பூத்தும், பூவாமலும் அர்ந்திருந்த அழகிய மன மகிழ்வூட்டும் சோலை வழியே கடந்துச் சென்றார் மகாமாயா. அச்சோலை லும்பினி

95. புத்தரும் அவர் தம்மமும் — தமிழில் பெரியார்தாசன். பக்கம். 3.
96. B.R.Ambedkar – Buddha and His Dhamma – Page No. 22
97. Attandanda Sutta

சோலை (வனம்) என்று அழைக்கப்பட்டது அப்போது, லும்பினி வனம் சிறந்த சித்தலதா சோலை பேன்றும், அல்லது வலிமை மிக்க மாமன்னரை வவேற்க அலங்கரிக்கபட்ட மகாமண்டபம் போன்றும் அழகும் வசிகரமும் மிக்கதாயிருந்தது.

வேரிலிருந்து கிளைவரை மரங்கள் பழங்களால் நிரம்பியிருந்தன. மலர்களும், வகைவகையாய் ரீங்கரிக்கும் வண்ண, வண்ண வண்டுகளும், பல்வகைப் பறவைக் கூட்டமும் மணத்தாலும் இன்னிசையாலும் அவ்விடத்தை நிரப்பியிருந்தன. இவ்வழகிய காட்சிகளைக் கண்ட மகாமாயவுக்கு, அவ்விடத்தில் சற்று இளைப்பாறும் ஆசை எழுந்ததால், தன்னைச் சால்மரத் தோப்புக்குள் அழைத்துச் சென்று இருத்திவிட்டுச் சற்று நேரம் காத்திருக்குமாறு சேவகர்க்குக் கட்டளையிட்டார் மகாமாயா.

பல்லக்கிலிருந்து இறங்கி அழகிய பெரிய சால்மரம் ஒன்றை மகாமாய அணுகினார். அங்கு வீசிய இனிய இளம் தென்றலில் மேலும் கீழும் அசைந்த கிளைகளில் ஒன்றைப் பிடிக்க எண்ணினார் அவர் விரும்பியபடியே ஒரு கிளை காற்றின் அசைவினால் அவரது கை வரை தாழ்ந்து வந்தது. எனவே அதை பிடிக்க எழுந்தார் மகாமாயா. காற்றின் மேல்நோக்கிய வீச்சினால் கிளை உயரவும், மகாமாயா தடுமாறி, பிரசவ வலி கண்டார். சால்மரக் கிளையைப் பிடித்தபடியே, நின்ற நிலையிலேயே மகனைப் பிரசவித்து விட்டார் அவர். இது நிகழ்ந்தது கி.மு. 563ஆம் ஆண்டு, வைசாக பௌர்னமி நாளில் கௌதம புத்தர் பிறந்தார்.[98,99,100]

மகாமயா தனது நாற்பதாம் வயதிலேயே கருவுற்றார், மேலும் வைகாசி மாதம் இந்திய சூழலுக்குக் கோடைக்காலம் என்பதாலும், லும்பினி வனத்தில் கௌதம சித்தார்த்தரைப் பிரசவித்தப்பின் 40 கிலோ மீட்டருக்கும் அதிகமான தொலைவு பல்லக்கில் பயணம் செய்த காரணத்தாலும் உடல் அசதியாலும் ஜென்னி காய்ச்சல் வயப்பட்டு மருத்துவப் பலனின்றி மரணமடைந்தார்.[101]

இதுவரையிலும் கண்டறியப்பட்ட புத்தச் சமய இலக்கியங்கள் மற்றும் புத்தச் சமயப் பயணிகளின் குறிப்புகளின் படி புத்தரின் பிறப்பு நிகழ்ந்தது 5 வகையான மரங்களின் கீழே என்று

98. புத்தரும் அவர் தம்மமும் — தமிழில் பெரியார்தாசன். பக்கம். 4 — 5.
99. B.R.Ambedkar – Buddha and His Dhamma – Page No. 24.
100. அஸ்வகோஷ். புத்த சரித்திரம். அத்தியாயம் 1, பாடல் 77.
101. தர்மத்தை போதித்தவன். — நற்றிணைப் பதிப்பகம்

குறிப்பிடப்பட்டுள்ளது. அதையும் சுற்றுச்சூழலின் அடிப்படையிலான தகவலுக்காக பதிவிடுகின்றேன்.

அசோகா மரம்

அசோகவந்தனத்தின்படி பேரரசர் அசோகர், புத்தரின் ஆசிரியரான உபகுப்தரின் குறிப்பின்படி பகவான் புத்தர் பிறந்தது அசோகா மரத்தின் அடியில் எனக் குறிப்பிடப்பட்டுள்ளார். சீனப் பயணியான பாகியான் (கி.பி. 5 ஆம் நூற்றாண்டு) லும்பினி வனத்திலுள்ள புத்தர் பிறந்த அசோகா மரத்தினை உயிருடன் பார்த்தாக குறிப்பிட்டுள்ளார். சீனப்பயணி, யுவான் சுவாங்கும் உயிரற்ற நிலையில் அதே அசோகா மரத்தைப் பார்த்ததாகவும் குறிப்பிட்டுள்ளார்.[102,103,104,105]

சர்வத்தா வினயத்தின் குறிப்பு மற்றும் பிற சான்றாவணங்களின்படி புத்தர் பிறந்தது அசோகா மரத்தின் கீழ் என்றே குறிப்பிடப்பட்டுள்ளது. மகாமாயா தேவி லும்பினித் தோட்டத்திற்குள் நுழைந்து ஒரு கரத்தினால் அசோகா மரத்தின் கிளையைப் பிடித்தபடியே புத்தரைப் பெற்றெடுத்தார் என்றே குறிப்பிடப்பட்டுள்ளது.

நவீன காலத்தில் எழுதப்பட்ட ஆய்வு நூல்கள் சிலவற்றிலும் புத்தர் அசோகா மரத்தின் கீழ் பிறந்ததாகவே குறிப்பிடப்பட்டுள்ளது. மகாமாயா தேவி, அசோகா மரத்தின் கிளையைத் தனது வலது கரத்தில் பிடித்தவாறே லும்பினித் தோட்டத்தில் புத்தரைப் பெற்றெடுத்ததாக குறிப்பிடப்பட்டுள்ளது.[106,107]

கருங்கல் புடைச் சிற்பங்கள் சிலவற்றிலும், மகாமாயா தேவி, அசோகா மரத்தின் கிளையைத் தன் வலது கரத்தால் பற்றிக்கொண்டு புத்தரைப் பெற்றெடுப்பதைப்போலவே காட்சிகள் உள்ளன. மேலும் அசோகா மரத்தின் இலைகளும் சிறப்பாக நன்கு தெரியும் வண்ணம் வடிவமைக்கப்பட்டுள்ளது.

ஆந்திரமாநிலம் நாகார்ஜீனகொண்டாவில் கண்டறியப்பட்ட புடைச் சிற்பம் ஒன்று தற்போது தேசிய அருங்காட்சியகம் புதுடில்லியில்

---

102. John.S.Strong, The Legend of King Ashoka – A Study and Translation of the Asokavadana. Page121.
103. Storrs, J.and Adrain, Discovering Trees – in Nepal, and Himalayas, Kathmandu, 1984
104. Enjoy Trees, Kathmandu,1987.
105. Wallers, T., On Yan Chawang's Travels in India, Munsi Ram.
106. B.D. Kyokai. The Teaching of Buddha. The Corporate Body of Buddha Educational Foundation. Taiwan 1989
107. D.V.Cower. Flowering Trees and shrubs in India.

உள்ளது. இந்தச் சிற்பத்தில் மகாமாயா தேவி கால்விரல்களின் நுனியில் அசோகா மரத்தின் கிளைதவழ்வது போன்றும் அதே கிளையை வலது கரத்தால் பற்றிக்கொண்டு நிற்பது போலவும், அருகில் இரண்டு பெண் பணியாளர்கள் உடன் இருப்பதைப் போலவும் வடிவமைக்கப்பட்டுள்ளது.

நாளாந்தா அகழ்வாய்வில் கண்டுபிடிக்கப்பட்ட சிற்பம் ஒன்றில் புத்தரின் பிறப்பைக் காண, இந்திரன் மற்றும் பிரம்மா இவர்களுடன் விஷ்ணுவும் காண வந்திருந்ததாகவும் பதிவு செய்துள்ளது. இதிலும் வலது கரத்தால் அசோகா மரத்தின் கிளையைப் பற்றிக்கொண்டு மகாமாயா தேவி இருப்பதைப் போல் உள்ளது. இலைகளைக் கொண்டு இது அசோகா மரம் என்று கனிக்கும்படியாகவே உள்ளது.

ஆந்திர மாநிலம் கோலியில் அகழ்வாய்வில் கண்டெடுக்கப்பட்ட சிற்பமொன்றில், கூரை வேயப்பட்ட மாட்டுவண்டியில் செல்லும் ஒரு தாய் மற்றும் இரண்டு சிறுவர்களைக் காண்கின்ற வகையில் சிற்பம் வடிவமைக்கப்பட்டுள்ளது. இதிலும் அசோகா மரம் அதன் இலைகளைக் கொண்டு கண்டறியும் வகையில் உள்ளது. தற்போது இந்தச் சிற்பம் சென்னை அருங்காட்சியகத்தில் உள்ளது.

காந்தாரகலையின் அடிப்படையில் அமைக்கப்பெற்ற கற்சிற்பம் ஒன்று தற்போது, விக்டோரியா மற்றும் ஆல்பர்ட் அருங்காட்சியகம் லண்டனில் வைக்கப்பட்டுள்ளது. இதிலும் மகாயமாயா தேவியின் வலது பக்கத்தில் குழந்தை சித்தார்த்தர் தரையில் உள்ளது போலவும், மகாமாயா தேவி தன் வலது கரத்தால் அசோகா மரத்தைப் பற்றிக் கொண்டு இருப்பதுப் போலவும் வடிவமைக்கப்பட்டுள்ளது.

தற்போது பாகிஸ்தான் பெஷாவரில் உள்ள அருங்காட்சியகத்தில் உள்ள கற்சிற்பத்திலும் மகாமாயா தேவி அசோகா மரத்தின் கிளையைப் பற்றிக் கொண்டிருப்பது போலவும் வலது பக்கத்தில் குழந்தை சித்தார்த்தர் இருப்பதுப் போலவும் சிற்பம் உள்ளது.[108,109,110,111,112,113]

---

108. Mitra D., Buddhist Monuments, Sahitya Samasad, Calcutta, 1980.
109. Snellgrove, D.(Ed) The Image of Buddha, Vikas Publishing House, Delhi, 1974
110. Huntington, S.L, The Art of Ancient India, John Weatherhill, New York and Tokyo, 1985
111. Publication Division< The Way of the Buddha, Ministry of Information and Broadcasting Govt. of. India, 1959
112. Indrama, The magazine of India, July/Sep.1988.
113. India Prospective (Hindi) Vol. July. 1992

புத்தச் சமயம் பத்தொன்பதாம் நூற்றாண்டிலும் அதற்கு முந்தைய நூற்றாண்டுகளிலும், இலங்கையிலிருந்தே மேற்கு உலக நாடுகளுக்கும் கிழக்கு உலக தேசத்து நாடுகளுக்கும் பரவியது. அதற்குக் காரணம், அவர்கள் பராமரித்து வரும் புத்தச் சமய இலக்கியங்களில் இருந்து ஆங்கில மொழியாக்கம் மற்றும் மொழிப் பெயர்ப்பு வெகு எளிதாக இருந்ததுதான். அவ்வாறு இலங்கையில் இருந்து உலகெங்கும் பரவிய புத்தச் சமயக் கருத்துகளில் இவ்வாறு சால் மரத்திற்குப் பதிலாக அசோகா மர குழப்பம் இன்றளவிலும் பரவிக்கொண்டுதான் இருக்கின்றது. அதற்கென இரண்டு காரணங்களைச் சொல்கின்றனர் ஆய்வாளர்கள்.

முதலாவதாக, இந்தியாவின் பனிபடர்ந்த இமய மலைச் சாரலில் வளரும் தன்மை கொண்ட சால் மரத்தை இலங்கையில் உள்ளவர்கள் அந்தக் காலத்தில் பார்க்கும் வசதியில்லை. மேலும் சால்மரம் இலங்கையில் வளரும் சூழலும் இல்லாததால், இலங்கையில் பெருமளவு வளரும் அசோகா மரத்தையே சால் மரம் என இலங்கை இலக்கியங்களில் குறிப்பிடப்பட்டிருக்கின்றன. அதுவே புடைச் சிற்பிகளுக்கும் காண்பிக்கப்பட்டதால் அதன் வழி சிற்பமாக்கப் பட்டிருக்கின்றது. இலக்கியங்களிலும் குறிப்பிடப்பட்டிருக்கின்றன.[114]

இரண்டாவதாக நான் இந்த மரக் குழப்பம் குறித்து கயாவில் ஒரு முதிர்ந்த படித்த இலங்கை புத்த பிக்குவிடம் கேட்டதற்கு, அவர் கூறியதாவது, இலங்கைக்கு புத்தச் சமயம் மாமன்னர் அசோகரின் மகன் மகேந்திரன் மற்றும் மகள் சங்கமித்திரை வழியாகத்தான் வந்தது. பிக்கு மகேந்திரன் அவர்களை நாங்கள் சிங்கள மொழியில் மகிந்தா என அழைக்கின்றோம் அவர்தான் புத்தர் பிறந்த சால்மரத்தை மாமன்னர் அசோகரின் நினைவாக நட்டார். பிக்குனி சங்கமித்திரை அவர்கள்தான், புத்தர் ஞானம் பெற்ற போதி மரத்தின், கன்றுகளை இலங்கைக்குக் கொண்டுவந்து நட்டார்.

இதன் மூலம் புத்தச் சமயம் இலங்கையில் வேர்கொண்டது. மேலும் சால் மரத்தின் பெயர் எங்களுக்கு எளிதில் நினைவுக்கு வரவில்லை, மேலும் எங்களுக்குச் சால் மரம் அசோகரின் வழியாக வந்ததால் நாங்கள் மாமன்னர் அசோகரைக் கௌரவப்படுத்தும் விதமாக சால் மரத்தை மாமன்னர் அசோகரின் மரம் என்றே அழைத்தோம், புத்தச்சமய இலக்கியங்களைச் சிங்களத்திலிருந்து ஆங்கிலத்துக்கு மொழிப்பெயர்த்த ஆய்வாளர்களுக்கு எங்கள் விளிப்பு

---

114. S. Dhammika. Trees in the Buddhisit Scriptures.

வழக்குமொழியின் வரலாறு தெரியாமல் அவர்களும் சால் மரத்தை அசோகா மரம் என்றே மொழிப்பெயர்த்தனர். அதன் வழியாக அது வரலாற்றிலும் சிற்பங்களிலும் எங்கள் விளிப்பு பெயரான அசோகா மரம் என்றே பதிந்து போனது. மேலும் சிற்பிகளும், அசோகா மரம் என்றதும் இந்தியாவிலுள்ள அசோகா மரத்தினை செதுக்கினர். என்னும் வாய்வழியான தகவலையும் தந்தார்.

நிகழ்வு - 3

சித்தார்த்தரின் ஒன்பதாவது வயதில், தனது தந்தையின் வயலில் நடை பெறும் விவசாயப் பணிகளை வேடிக்கைப் பார்க்கச் சென்றபோது, முதன் முதலாக ஓர் நாவல் மரத்தின் கீழ் அமர்ந்து தியானம் செய்தார்.[115,116] என இந்திய புத்தச் சமய இலக்கியங்கள் குறிப்பிடுகின்றன. ஆங்கில புத்தச் சமய எழுத்தாளர்கள் அதை ரோஸ் நிற ஆப்பிள் மரம்[117] என்றும், குறிப்பிடுகின்ற அதே நேரத்தில் வேறு சில புத்தகத்தில் எந்த வகையான மரம் என்பதைச் சொல்லாமலேயே சித்தார்த்தரின் முதல் தியானத்தைப் பதிவு செய்துள்ளனர்.[118,119] கொய்யாச் செடி எனப் பதிவு செய்கின்றார்,ராகுல் சாங்கிருத்யாயன்.[120] அவ்வாறு சித்தார்த்தர் முதன் முறையாக மேற்கொண்ட தியானம் மெத்தபாவனா தியானம் எனப் புத்தரும் அவர் தம்மமும் நூலில் பதிவு செய்துள்ளது.

தனது ஒன்பதாவது வயதில் தனது தந்தையின் வயலில் இருந்த நாவல் மரத்தின் கீழ் மெத்த பாவன தியானத்தை நீண்ட நேரம் செய்கின்றார். அவ்வாறு நீண்ட நேரம் தியானம் செய்த போதும், சூரிய வெளிச்சத்தினால் மற்ற மரங்களின் நிழல் நகர்ந்து சென்றபோதும், சித்தார்த்தர் முதன் முறையாக தியானம் செய்த நாவல் மரத்தின் நிழல் எங்கும் நகராமல், சித்தார்த்தரின் தியானம் முடிந்த பிறகே கலைந்து சென்றது என்பதே இங்குச் சூழலியல் நோக்கில் பதிய விரும்பும் தகவலாகும்.

---

115. பகவான் புத்தர். தர்மானந்த கோசாம்பி. பக்கம். 134
116. மஜ்ஜிம நிகாயம். 26 வது சூக்தம் — அரியபரிய சேனா சுக்தம்.
117. Old Path White Clouds by Thich Nhat Hanh. Page No. 71
118. The Life of Buddha, by A. Ferdinand Herold, tr. by Paul C Blum [1922], Page No.24
119. Buddha and His Dhamma by. Dr.B.R.Ambedkar. Page No: 29.
120. பௌத்த தத்துவ இயல். ராகுல் சாங்கிருத்யாயன். தமிழில். ஏஜி.எத்திராஜீலு. மற்றும் ஆர் பார்த்தசாரதி. பக்கம் 21.

நிகழ்வு - 4

ஒருமுறை சித்தார்த்தர் தன் தந்தையின் பண்ணைக்குச் சென்றார். ஓர் இடைவெளியில் ஒரு மரத்தடியில் ,இயற்கையின் அழகையும் ரசித்தவாறு , அமைதியையும் அனுபவித்தவாறு இருந்தார். அப்போது எதிர்பாராத வகையில் ஒரு பறவை வானத்திலிருந்து அவர்முன் விழுந்தது. அதன் உடலில் அம்பு தைத்திருந்தது. வலியினால் மேற்கொண்டு பறக்க முடியாமல் அது கீழே விழுந்ததைச் சித்தார்த்தர் உணர்ந்து தானும் வலியால் துடித்தார்.

அதன் பின் சித்தார்த்தர் அந்தப் பறவையைத் தொட்டு எடுத்து, அதன் காயங்களுக்கு மருந்திட்டு, கட்டு கட்டி அந்தப் பறவையை மெல்ல வலியிருந்து விடுவித்து ஆறுதல் படுத்தினார். பறவைக்கு சித்தார்த்தரின் அருகாமையும், மருந்தும் மிக்க ஆறுதலாக இருந்தது. சித்தார்த்தரின் மடியிலேயே அது இருந்தது. அப்போது அந்தப் பறவையை வீழ்த்திய சித்தார்த்தரின் அத்தை மகன் தேவதத்தன் அங்கு வந்தார். சத்திரியத் தர்மத்தின் படி வேட்டையில் வீழ்த்தப்பட்ட பறவை வேட்டைக்காரனுக்கே சொந்தம் எனத் தேவதத்தனும், தான் அடிப்பட்ட பறவையைக் காப்பாற்றியதால் கருணையின் அடிப்படையில் பறவை தனக்கே சொந்தம் எனச் சித்தார்த்தரும் வாதிட்டனர். இறுதியில் பெரியவர்களிடம் முறையிட்டபோது, சாக்கியக் குலப் பெரியவர்களும் சித்தார்த்தர் சொல்வதே சரியென்றதால் தேவதத்தனுக்கும், சித்தார்த்தருக்கும் நிரந்தரப் பகையாகிப் போனது.[121,122,123] எனக் குறிப்பிடப்பட்டுள்ளது. இந்த நிகழ்வில் சித்தார்த்தர் அமர்ந்திருந்த மரத்தின் பெயர் எங்கும் குறிப்பிடப்படவில்லை. ஆனாலும். ஓவியங்களும், சிற்பங்களும் இந்த நிகழ்வில் சித்தார்த்தர் அமர்ந்திருந்த மரம் மூங்கில் என்றே குறிப்பிட்டுள்ளன.

நிகழ்வு - 5

சித்தார்த்தரின் திருமணம்:

சித்தார்த்தரின் திருமணம் குறித்தச் செய்திகளை மிக விரிவாக விவரிக்கின்றது லலிதவிஸ்தாரா சூக்தம். இது மகாயான புத்தப் பிரிவைச் சேர்ந்த சூக்தமாகும். முழுவதும் சமஸ்கிருதத்தில் இயற்றப்பட்டதாகும். இந்தச் சூக்தம் 27 அத்தியாங்களைக் கொண்டது. இந்தச் சூக்தத்தில்

---

121. மஜ்ஜிம நிகாயம். 26 வது சூக்தம் — அரியபரிய சேனா சுக்தம்.
122. புத்தரும் அவர் தம்மமும். தமிழில் பெரியார்தாசன். பக்கம்.12.
123. Buddha and His Dhamma by. Dr.B.R.Ambedkar. Page No: 30

புத்தர் தனது முந்தையப் பிறப்பில் இருந்து சித்தார்த்தராக பிறந்து தனது முதல் போதனையைச் சாரனாத்தில் போதித்தது வரை இடம் பெற்றுள்ளது. லலிதவிஸ்தாரா சூக்தத்தின் 12வது அத்தியாயத்திம் சித்தார்த்தரின் திருமணம் குறித்த செய்திகளை மிக விரிவாக விவரிக்கின்றது.

சித்தார்த்தருக்கு 16 வயது துவங்கியதும் அவருடைய தந்தை சுத்தோதனருக்கு அமைச்சர்களும் அவை மூத்தவர்களும் ஆலோசனைச் சொல்கின்றனர். திருமண வயதில் திருமணத்தைச் செய்து வைப்பதால் இளவரசரின் துறவியாகும் எண்ணம் சற்றேத் தள்ளிப்போகும் என்கின்றனர். அவர்களின் யோசனை, தன் பிரியத்துக்குரிய மகன் எங்கே தன்னை விட்டு பிரிந்து சென்றுவிடுவானோ என்னும் அச்சத்திலேயே வாழ்ந்து கொண்டிருந்த சுத்தோதனருக்கு சற்றே மகிழ்ச்சியளித்தது. அதன்படி அவருக்கு சுயம்வரத்துக்கு ஏற்பாடு செய்கின்றனர். அந்தச் சுயம்வரத்தில் 500 இளம்பெண்கள் சாக்கிய நாட்டிலிருந்தும் பக்கத்து தேசமான கோலியத் நாட்டிலிருந்தும் தங்களது பெற்றோர்கள் மற்றும் உறவினர்களோடும் கலந்து கொள்கின்றனர். அவ்வாறு கலந்து கொண்டவர்களுக்கு இளவரசர் சித்தார்த்தர் அவரவர் விரும்புகின்ற பரிசுகளையும், துணிகளையும், அணிகலன்களையும், தங்கம், வெள்ளி போன்றவற்றையும் தந்து அனுப்பி வைக்கின்றார்.

இவ்வாறு சிறப்பாக நடைபெற்றுக் கொண்டிருக்கும் நிகழ்ச்சியில் இறுதியாக சாக்கியகுலத்தைச் சேர்ந்த தண்டபாணியின் மகளான, கோபா என்கின்ற யசோதராவும் கலந்து கொள்கின்றார். அப்போது பரிசுப் பொருட்கள் அனைத்தும் தீர்ந்த காரணத்தால் பணியாளர்கள் வேறு சிலப் பரிசுப் பொருட்களைக் கொண்டுவர சென்றிருந்த நேரத்தில் கோபா என்கின்ற யசோதரா பரிசுக்காக வந்து எதையும் சொல்லாமலும் எதையும் கேட்காமலும் சித்தார்த்தரின் அழகையும் கருணை வடிவான அவரது கண்களையும், முகத்தையும் சூரியனைக் காணும் அல்லியைப்போல கண்டு மெய்மறந்திருந்தார். அவரைப் பார்த்ததும் சித்தார்த்தரின் புருவம் விரிந்து அகல கண்கொண்டு இமைக்காமல் கோபாவின் அழகையும், அடக்கத்தையும் கண்ணுற்றுக்கொண்டிருந்தார். சில நிமிடங்களுக்குப் பிறகு தன்னை மறந்து தான் அணிந்திருந்த மோதிரத்தை கழற்றி, கோபாவுக்கு அணிவித்தார். பின் அவரிடம் இந்தப் பரிசு உங்களுக்கு மகிழ்ச்சி அளிக்கின்றதா எனவும் வினவினார். கோபா வெட்கத்துடனும், நாணத்துடனும். இளநகையுடனும் மெல்ல அங்கிருந்து சென்றார்.

அதன் பிறகு சித்தார்த்தரை, அமைச்சர்களும், தந்தையும், தன் சித்தி, கௌதமியும் வந்திருந்த அழகான பெண்களில் தங்கள் மனம் கவர்ந்தது யார் என வினவ, சாக்கிய குலத்து தண்டபாணியின் மகள் கோபா என்கின்றார் சித்தார்த்தர். அதன் பிறகு, தண்டபாணியிடம் தன் மகன் சித்தார்த்தருக்குப் பெண் கேட்ட போது, உங்கள் மகன், எப்போதும், சாமியார், துறவு, தியானம் எனச் சுற்றிக்கொண்டிருப்பவர்,

அவருக்கு நான் என் பெண்ணைத் திருமணம் செய்துவித்தால், எனது மகளைக் காப்பாற்றும் அளவுக்கு அவருக்குள்ள ஆற்றலை நிருபிக்கட்டும் அதற்குப் பின் எனதுப் பெண்ணைத் தருகின்றேன் என பதிலளிக்கின்றார். அந்த சவாலை சித்தார்த்தர் ஏற்றுக் கொள்கின்றார்.

அதன்படி, தனது அறிவுத்திறன், மொழித்திறன், கலைத்திறன், கணிதத்திறன். என ஆயகலைகள் அறுபத்துநான்கிலும் தான் சிறந்தவர் என நிருபிக்கின்றார். தனது உடல் வலிமையை நிருபிக்க அங்குக் கூடியிருந்த *500* இளைஞர்களுடன் மற்போர் புரிந்து வெற்றிபெருகின்றார். இறுதியாக தண்டபாணி, சித்தார்த்தரின் வில் வித்தையினைச் சோதித்து அறிய ஒரு தேர்வு வைக்கின்றார். அது ஒரு பெரிய கடினமான இரும்புப் பாத்திரத்தை அம்பினால் துளையிட வேண்டும். சித்தார்த்தரின் இலக்காக இருந்த கனமான இரும்புப் பாத்திரம் ஒரு சாதாரண மனிதனின் வில்லில் இருந்துப் புறப்படும் அம்பு எவ்வளவு தொலைவுச் செல்லுமோ அதைப் போல எட்டு மடங்கு அதிக தொலைவில் இருந்தது. இருந்தும் சித்தார்த்தர், அந்தப் போட்டியில் கலந்து கொண்டார். தனது தந்தை வழி பாட்டனாரான சிம்மஹனுவின் வில்லில் இருந்து அந்த இலக்கை நோக்கி அம்பெய்தினார். சித்தார்த்தர் எய்த அம்பானது, அந்தக் கனமான இரும்புப் பாத்திரத்தைத் துளைத்து, அதற்குப் பின்புறத்திலிருந்த *7* பனை மரங்களையும் துளைத்துச் சென்றது.[124,125] இது பாலி மொழியில் தடா மரம் என அழைக்கப்படுகின்றது. சூக்தத்திலும் இவ்வாறே உள்ளது. ஆங்கில மொழிபெயர்ப்பில் பனை மரம் என உள்ளது.

கௌதம புத்தரின் வாழ்க்கை வரலாற்றை எழுதிய அனைத்து எழுத்தாளர்களிடமிருந்தும் சித்தார்த்தரின் திருமணம் குறித்தான கூடுதல் விவரங்களை தனது ஆதிவேதத்தில் தருகின்றார். அயோத்திதாசர் அந்த விவரங்கள் சுற்றுச்சூழல் நோக்கில் இருப்பதால், அதனையும் இங்கே பதிவிடுகின்றேன். ஆதி வேதத்தில் அயோத்திதாசர் சமஸ்கிருதம் மற்றும் பாலி மொழி பெயர்களுக்கு உண்டான தமிழ் பொருளையே இங்கே சுட்டுகின்றார். அதனையும் அப்படியே தருகின்றேன்.

“அரசபுத்திரன் எழுந்து, யுத்த சன்னத்தராய் தனியே வெளிவந்ததைக் கண்ட அரசன் பதினாறுவயதுள்ள சிறுவனாச்சுதே என்ன யுத்தஞ் செய்வானென்று பயந்து, ரத கஜ துரக பதாதிகளாகுச் சதுரங்க

124. லலிதவிஸ்தாரா சூக்தம். 12வது அத்தியாயம்.
125. The play in full – translated by: the Dharmachakra Translation Committee. Chapter 12

சேனைகளைத் தொடரவிட்டான். அந்தச் சதுரங்க சேனைகள் யாவையும், முன்னேரவிடாமல், தனியே முன்சென்று சகல அரசர்களையும், விற்போர், வாட்போர், மற்போர், வாகுபோரென்னும் சதுரங்க வீரத்தால் ஜெயித்து அசோதரையைக் கைப்பற்றிக்கொண்டார்.

உடனே மலையரசனாகும் சுப்ரத்தி (தண்டபாணி) மண்முகவாகை (சுத்தோதனர்) அணுகி, அரசே எனது புத்திரி அசோதரைப் பிறந்தகாலத்தில் ஓர் பெரியோன், சாக்கைய கணிதர் வந்து குழந்தை பிறந்த காலவரைகளைக் கணக்கிட்டு, இம்மகவை மணம்புரியும் மணாளன் மனோதிடமும், ஞானோதயனுமாக விளங்குவதன்றி, அவன் கரங்களால் பூமியைப் பரித்து வருத்த விதை (விதைகளை) விதைக்கினும் முளைக்கும். பட்டமரத்தை நட்டினந்துளிர்க்கும். அந்தக் காட்சியே எக்காலத்திலும் நித்திய மங்கலமாக வழங்குமென்று கூறியிருக்கின்றார். அதையும் நான் சோதிக்க வேண்டியிருக்கின்றதே என்றான்.

அப்போது அவ்விடமிருந்தவர்களிற் சிலர் பலதானியங்களையும் வருத்து வைத்துக்கொண்டிருந்ததுடன் பட்ட மரத்திற்குப் பதிலாயப் பூணிலா உலக்கையையுங் கொண்டுவந்து சித்தார்த்தின் கரத்தில் அளித்து விதைகளை பூமியில் விதைப்பதுடன் இப்பட்டமரமாகும் உலக்கைகோலையும் பூமியில் நட்டுங்கோளென்று வேண்டினார்கள். வாலறிஞன் அவற்றைக் கரத்தில் ஏந்தி பூமியைத் திருத்தி விதைகளை விதைத்து உலக்கையையும் பூமியில் ஊன்றினார். பதின் கடிகைபோதுள் பலதானியங்களும் முளை தோன்றியதுடன் உலக்கையும் கல்லாலிலைக் கொழுந்திட்டு வளர்ந்தது. அதைக்கண்ட அரசர்களும் பெரியோர்களும் ஆட்சரியங்கொண்டு நிற்குங்கால் மணமகன் மணாளியின் கரத்தைப்பற்றி இரதமூர்ந்து நூதன மாளிகயைச் சேர்ந்தார்.

அவ்விடம் வந்திருந்த பெரியோர்கள் வருத்தவித்து முளைத்ததைப் பாலி என்றும் உலக்கைக் கொழுந்துவிட்டதைப் பிண்டி என்றும் பெயரளித்து பதினாறு வயதுக்கு மேற்பட்ட குமாரனும், பன்னிரண்டு வயதிற்கு மேற்பட்ட குமாரியும், சுகவாழ்க்கையுற்றதை அனுசரித்து பின்சந்ததியாரும் பதினாறு வயதுக்கு மேற்பட்ட

குமரர்களுக்கும், பனிரண்டு வயதிற்கு மேற்பட்ட குமரிகளுக்கும் விவாகம் நியமித்து நவதானிய முளைகள் எழும்பும் பாலிசோதனைகளோடு உலக்கையில் கல்லாலிலைகட்டி மங்கலபீடம் வகுத்துவந்தார்கள்.[126]

இன்றும் நம்முடைய திருமணச் சடங்கின்போது, நவதானியங்களை முளைவிடுவதையும், அரசாணிக்கால் என்று சொல்லப்படுகின்ற அரசமரம் அல்லது மூங்கிலின் கிளைகளை பூசைசெய்து மங்கல நீரால் கழுவி வழிபடுவதையும் சித்தார்த்தரின் திருமண நிகழ்வில் நடைபெற்ற சுற்றுச்சூழல் நிகழ்விலிருந்து நமக்கு வரலாறாக சுட்டுகின்றார். பண்டிதர் அயோத்திதாசர்.

நிகழ்வு - 6

சித்தார்த்தர் துறவியாவதைத் தடுக்கும் நோக்கில் சுத்தோதனர், மூன்று அரண்மனைகளையும், அவைகளில் இளவரசருக்குச் சேவை செய்ய ஆயிரக்கணக்கான பெண்களையும் அமர்த்தியிருந்தார். அவர்களின் முழு நேரப் பணியே இளவரசரை வசியப்படுத்தி, சிற்றின்பத்தில் ஈடுபடுத்தி, துறவு நோக்கத்தை கலைப்பதுதான். அவ்வாறு இளவரசரை வசப்படுத்த முயன்ற பெண்கள், தங்களின் அழகை வர்ணிக்கும் பொழுதும், விரகதாபம் மற்றும் துயரத்தை விவரிக்கும் பொழுதும் சுற்றுச்சூழல் நோக்கிலேயே விவரிக்கின்றனர் என்பது இதுவரை யாரும் கவனிக்காத தகவலாகும். அதையும் இங்கே பதிவு செய்கின்றேன்.

- இன்னொருத்தி அலைபாயும் கண்களுடன், நீலத்தாமரை ஒன்றை நுகர்ந்தவளாய் உணர்ச்சி வசப்பட்டுத் தட்டுத் தடுமாறி, கொச்சை மொழி பேசினாள்.

- அன்புத் தலைவனே, இங்கே பார், தேன் சுவை மலர்களால் மூடப்பட்டுள்ள மாங்கனி — கோகிலப் பறவையின் கானம் — தங்கக் கூண்டில் சிறைப்படுத்தப்பட்டதைப் போல.

- "வந்து இந்த அசோக மரத்தைக் காணுங்கள், — இவை காதலர் துயரத்தை அதிகரிப்பவை — தீயினால் தீண்டப்பட்டவைப் போல தேனீக்கள் ரீங்கரிக்கின்றன.

- இதோ இந்தத் திலக மரத்தைக் காணுங்கள். — இதை மெல்லிய மாங்கிளை தழுவிக்கொண்டுள்ளது. — மஞ்சளுடை தரித்த

---

126. அயோத்திதாசர் சிந்தனைகள். பாகம் 2. தொகுப்பாசிரியர். ஞான அலாய்சிஸ். பக்கம் 199 — 201. (ஆதிவேதம். சித்தார்த்தரின் திருமணக்காதை).

மங்கை ஒருத்தி வெள்ளுடையில் உள்ள ஓர் ஆணைத் தழுவுவது போல்.

- இதோ இந்த குருபக மரத்தைக் காணுங்கள். தேன் நிறைந்த மலர்கள் பூத்துக் குலுங்க — பெண்களின் செவ்விய நகங்களைக் கண்டு வெட்கித் தலைக்குனிவது போல் இவை தோன்றவில்லையா.?
- இதோ இந்த இளம் அசோக மரத்தைக் பாருங்கள் புதியக் கிளைகளால் பூரணமாகியுள்ள இது எங்கள் கைகளின் அழகைக் கண்டு வெட்கியதுபோல் தோன்றுகின்றது.
- சிந்துவாரப் புதிர்கள் நிறைந்த கரையுள்ள இந்த ஏரியைப் பாருங்கள் வெள்ளுடையில் பொலிந்து தோன்றும் பேரழகுப் பெண்போல் இல்லை[127,128,129] என்பது போன்ற விவரிப்புகளுடன் சுற்றுச்சூழல் தகவலையும், செய்தியையும் சேர்ந்தே பதிவு செய்துள்ளது புத்தரும் அவர் தம்மமும் நூல்.

சித்தார்த்தர் முற்றும் துறந்த துறவியாக எண்ணியபொழுது, தனக்குத் துறவியாக தீட்சை அளிக்க கபிலவஸ்துவில் ஆசிரமத்திலிருந்த பாரத்வாஜ் அவர்களிடம் தீட்சை பெற்று முற்றும் துறந்த துறவியாகி கபிலவஸ்த்துவை விட்டு வெளியேறி காட்டை நோக்கி நடக்கும் பொழுது, அவருடன் உடன் சென்றவர்கள் அவருடைய பிரியத்துக்குரிய குதிரை கந்தகமும், மற்றும் அவரது தேர் ஓட்டுனரும், மற்றும் நண்பருமான சன்னா ஆகியோர் பின் தொடர சித்தார்த்தர் எந்தவிதமான வருத்தமும், புலம்பலும், சோகமும் இல்லாமல் இயல்பான மனநிலையில் நடந்து கொண்டு சென்றவர். அரோமா நதியைக் அடைந்ததும் சற்று நின்றார். அரோமா நதியைக் கடக்கும் பொழுது, ஓவியங்களிலும், சித்திரங்களிலும் இரட்டை அரசமரம் ஒரு கரையிலும் மறு கரையில் அரோகா மரமும், இடம் பெற்றிருக்கும்.[130,131,132]

நிகழ்வு - 7

---

127. Buddha and His Dhamma. B.R.Ambedkar. Page No: 35
128. புத்தரும் அவர் தம்மமும்.பீ.ஆர்.அம்பேத்கர். தமிழில். பெரியார்தாசன். பக்கம் 18
129. அங்குத்தர நிகாயம்.
130. Buddha and His Dhamma. B.R.Ambedkar. Page No: 49 – 52
131. புத்தரும் அவர் தம்மமும்.பீ.ஆர்.அம்பேத்கர். தமிழில். பெரியார்தாசன். பக்கம்36 — 40
132. அங்குத்தர நிகாயம்

சித்தார்த்தரும், மகத அரசரும் முதன் முதலில் சந்தித்துப் பேசிய இடம் பாண்டவ மலையில் உள்ள **லோத்ர மரங்கள்** நிறைந்த, வனத்தில், லோத்ர மரத்தின் அடியில், மயிலகவும், ஓசையால் நிரம்பிய அடர்ந்த அவ்வனத்தில், சந்தித்துப் பேசுகின்றனர்.[133,134,135]

நிகழ்வு - 10

சாங்கியத் தத்துவத்தைக் கற்றுக்கொள்வற்காக ஆலாரகாலம் குருவைத்தேடி இராஜகிரக காடுகளில் பயணப்பட்டுக்கொண்டிருந்த சித்தார்த்தர். தனது வழியில் பிருகுவின் ஆசிரமத்தைக் கண்ட அவர் ஆர்வமிகுதியால் உள்ளே நுழைந்தார். பிருகு முனிவரைச் சால் மரத்தின் அடியில் சந்தித்தார்.[136]

நிகழ்வு - 11

---

133. புத்தரும் அவர் தம்மமும்.பீ.ஆர்.அம்பேத்கர். தமிழில். பெரியார்தாசன். பக்கம்44.
134. Buddha and His Dhamma. B.R.Ambedkar. Page No: 58.
135. அஸ்வகோசர். புத்தசரிதம். அத்தியாயம் 7. சுலோகம் 62 — 68
136. லலித விஸ்தாரம் 17 வது சூக்தம்

பிருகுவின் ஆசிரமத்தை விட்டு, சாங்கியத் தத்துவத்தைக் கற்பதற்காக ஆராதகாலாம் முனிவரின் இருப்பிடத்தைக் காணப் புறப்பட்டார் கவுதமர். ஆராதகலாம் வைசாலியில் தனது நானூறு சீடர்களுடன் தங்கியிருந்தார்.[137] வைசாலியில் வனத்தில் இருந்த அவரது ஆசிரமத்தில் கௌதமர் ஆராதகாலாம் குருவை எந்த மரத்தடியில் சந்தித்தார். இது குறித்து பதிவு எதுவும் இல்லை. ஆனாலும் தட்சஷியா பல்கலைக் கழகத்தில் உள்ள சிற்பங்களில் ஆராதகாலாம் குருவை சால் மரத்தடியில் சந்தித்த சிற்பம் உள்ளது.

நிகழ்வு - 12

தியான முறைகளைக் கற்பதற்காகவும் யோகத்தைப் பயில்வதற்காகவும் ராமரின் புதல்வரான உத்தகரைச் சந்தித்து அவரிடம் யோகத்தைப் பயில விரும்பினார் கௌதமர். அதற்காக, ராஜகிரகத்தின் அருகில் வனத்திலிருந்த உத்தகரை சந்தித்தார். அப்போது உத்தகருக்கு வயது 75. நானூறு சீடர்களுடன் அவர் ராஜகிரகத்தில் தங்கியிருந்தார்.[138] உத்தகரை கௌதமர் மூங்கில் மரத்தின் கீழ் சந்தித்த சிற்பங்கள் உள்ளது.

நிகழ்வு - 13

கௌதமர் தனது தவமுறைகளை ஆய்வு செய்வதற்காகவும் மகத ராஜ்ஜியத்திலுள்ள உருவேல வனத்தில் நிரஞ்சன ஆற்றங்கரையில் ஆல மரத்தடியில் அமர்ந்து தவ முயற்சியை மேற்கொண்டார்.

நிகழ்வு - 14

உருவேலாவில் உள்ள பழங்குடிகளின் தலைவனான சேநானியின் மகள் சுஜாதா முதன் முறையாக கௌதமருக்கு பால் சோறு (கீர்) உணவு அளித்தது உருவேலா வனத்தில் உள்ள ஓர் ஆல மரத்தின் கீழ்

நிகழ்வு - 15

சுஜாதா தந்த உணவையேற்ற கௌதமர் கடும் தவ முறையைக் கைவிட்டு தியான முறைக்கு திரும்பியதும் உருவேலாவை விட்டு கயாவுக்குச் செல்லும் சாலையில் நடந்தார். கயா வனத்தில் இருந்த ஓர் அரச மரத்தைத் தேர்ந்தெடுத்து தான் முழு ஞானம் பெறுகின்ற வரையிலும் இந்த இடத்தை விட்டு நகர்வதில்லை என்னும்

137. அம்பேத்கர். புத்தரும் அவர் தம்மமும். பக்கம் 50
138. The Buddha the life of the Buddha and the essence of Dhamma by. Anand S. Krishna – Page. No.50

உறுதியேற்போடு தியானம் செய்யத் துவங்கினார். அதன் பிறகு அவர் ஞானம் எய்தினார். அதனால் அது பாலி மொழியில் போதி (ஞானம்) மரம் என்று அழைக்கப்பட்டது. முழுஞானம் அடைந்த மரம் என்பதால் சம்போதி மரம் எனப் பாலியில் அழைக்கப்பட்டது.[139,140]

நிகழ்வு - 15

தனது 5 பழைய சீடர்களும் (தற்போதைய வாரனாசி) இசிபட்னா மான் சோலையில் இருப்பதை அறிந்த சித்தார்த்தர் அவர்களைத் தேடிச்சென்று அங்கிருந்த அரச மரத்தினடியில் அவர்களிடம் தனது முதல் போதனையை உபதேசித்தார்.[141]

அதற்குப் பின் பல்வேறு சம்பவங்களும், நிகழ்வுகளும் போதனைகளும் புத்தர் ஏதேனும் ஒரு மரத்தின் கீழ் இருக்கும் வகையில் அமைத்துக் கொண்டார். இறுதியாக அவர் மரணமும் குஷினாராவில் உள்ள இரட்டைச் சால் மரத்தினடியில் நிகழ்ந்தது. இதைப்போல எண்ணற்ற அறியப்பட இயலாத தாவரங்களின் பெயர்களும், பறவைகளின் பெயர்களும், பூக்களின் பெயர்களும் புத்தச் சமய சூக்தங்களிலும், திரிபீடகத்திலும் மற்றும் ஜாதகக் கதைகளிலும் குறிப்பிடப்பட்டுள்ளன.

நிறைவாக ருக்கா சுக்தாவில் பகவான் புத்தர் இவ்வாறு கூறுகின்றார். பெரிய மரங்களின் அடியில் உட்கார்ந்திருப்பவர்கள் ஏன் அவ்வாறு செய்கின்றார்கள் என்றால், அவர் தனிமையை விரும்புவதால் அவ்வாறு செய்கிறார், அவருடைய தேவைகள் மிகக் குறைவு. விரைவாகவும், கடினமின்றியும் ஞானம் பெற மரங்களின் அடியில் அமர்ந்து தியானிக்க வேண்டும். மேலும் மரங்களின் அடியில் அமர்ந்து தியானம் செய்வதால் நீங்கள் இயல்பாகவே காடுகளில் வாழ முயற்சி செய்கின்றீர்கள். அல்லது அரசர்கள், பிராமணர்கள், கள்வர்கள் ஆகியோர்களால் காட்டுக்கு ஏற்படும் அழிவிலிருந்து தடுக்கின்றீர்கள்.

மரங்களின் அடியில் அமர்ந்து தியானம் செய்யும் ஒரு பிக்கு, காட்டையும், காட்டில் உள்ள விலங்குகளையும் நேசிக்கும் உணர்வைப் பெறுகின்றார். அதனால் காடும் காட்டில் உள்ள விலங்குகள் வேட்டையாடப்படுவதும் குறைகின்றது. வனங்களில் வாழும் பல்லுயிர்சூழல் பாதுகாக்கப்படுகின்றது.

இவை தம்மத்தைப் போதிக்கவும், தம்மநெறியின்படி வாழவும்

---

139. புத்தரும் அவர் தம்மமும் பக். 67
140. Buddha and His Dhamma page No. 81
141. புத்தரும் அவர் தம்மமும் பக்கம் 100

பகவான் புத்தர் மேற்கொண்ட முயற்சியாகும். வனத்தில் வசிக்கும் பிக்குகள் மற்றும் துறவிகள், காட்டைப் போற்றுகின்றார்கள், வனத்தைப் பாதுகாக்கின்றார்கள், வனத்தையும், வனப் பரப்பையும் பெருக்க உதவுகின்றார்கள். ,இயற்க்கையின் ஒரு பகுதிதான் மனிதன். ஒரு மனிதன் வனத்தையும் மரங்களையும் பாதுகாப்பது என்பது தன்னைத்தான் பாதுகாத்துக் கொள்வதாகும்.[142]

எனவே புதிதாக துறவியாக பொறுப்பேற்ற பிக்கு மற்றும் பிக்குனிகள் புத்தரின் கட்டளையின்படி வனங்களில் தங்கவும், வனங்களில் விகாரை அமைக்கவும், வனங்களைக் காப்பதற்க்கும் வனங்களை வளர்ப்பதற்க்கும் தங்கள் வாழ்நாளை செலவழித்தனர். ஏனெனில் புத்தரின் வாக்கின்படி, ஒரு பிக்கு மற்றும் பிக்குனி அனைத்து துயரங்களிலிருந்து விடுபட்டு மன அமைதிபெற நிபானா (நிர்வான) நிலையை அடைவதற்கு முக்கியப் பங்களிப்பது மரங்களும் காடுகளுமே என்பது தேரவாத புத்தசமய பிரிவின் அடிப்படை நம்பிக்கையாகும். அந்த அடிப்படையில் காடுகளைப் பாதுகாத்தலும் மரங்களை வளர்த்தலும் புத்தசமயத்தினரின் அடிப்படைக் கடமையாகும்.

காடுகளில் உள்ள வயது முதிர்ந்த மரங்களைப் பெருமைபடுத்தும் பணியையும் புத்த பிக்குகள் அப்போதிலிருந்து செய்யும் பழக்கத்தை மேற்கொண்டுள்ளனர். தற்போது வரை அந்தப் பழக்கம் தொடர்ந்து கொண்டிருக்கின்றது. குறிப்பாக தாய்லாந்தில் மரங்களைப் பெருமைபடுத்தும் பணியை *(Ordination of Tree)* இன்றளவும் செய்து வருகின்றனர்.

மரங்களைப் பெருமைப்படுத்தும் பணி என்பது, காட்டில் உள்ள வயது முதிர்ந்த மரத்தின் தண்டுபாகத்தில் சில நேரங்களில் மஞ்சள் துணியை அல்லது மஞ்சள் நூலைக் கட்டி அதன் வேருக்கு பூஜை செய்வதாகும். ஏனெனில் மரத்தின் வேர்பாகத்தில் தேவதைகள் குடியிருக்கும் என்பது புத்தசமயத்தினரின் நம்பிக்கையாகும். அவ்வாறு ஒரு மரத்தைப் பெருமை படுத்தும் போது மரங்கள் அனைத்தும் நம்பிக்கையும் மகிழ்வுக் கொண்டு வனத்தை வளர்க்கின்றன என்பது நம்பிக்கை.

இன்றைய அறிவியல் கருத்தானது, மரங்கள் வேர்களின் வழியே தங்களுக்குள் பேசிக்கொள்கின்றன. உணவை, தண்ணீரை பகிர்ந்து கொள்கின்றன. மரங்கள் நோய்வாய்ப்பட்டிருந்தால், நோய்வாய்பட்ட மரங்களுக்கு மற்ற மரங்கள் ஆறுதலும் தேறுதலும் அளிக்கின்றன.

---

142. Anguttara Nikaya.TP.XX.p77

ஆலோசனை அளித்து காப்பாற்றுகின்றன. என்பதுடன் தங்களை சுற்றி நடப்பவற்றையும் பரிமாறிக்கொள்கின்றன. குறிப்பாக மரங்களை வெட்டுபவர்கள் வந்தால் ஒரு மரம் மற்றொரு மரத்திற்கு ஆலோசனையும், ஆறுதலும் தருகின்றன என்பதை இன்று அறிவியல் கருவிகள் வழியாக கண்டறிந்ததை பகவான் புத்தர் இரண்டாயிரத்து ஐந்நூறு ஆண்டுகளுக்கு முன்பே தனது சீடர்களுக்குப் போதனையாகவும் கட்டளையாகவும் அளித்திருந்தார். புத்தசமயம் அந்த அளவுக்கு சுற்றுச்சூழலின் மீது அக்கறைக் கொண்ட சமயம் என்பதைப் புரியவைக்கவே இதை குறிப்பிட்டேன்.

வனவாசி திஸ்ஸா என்னும் புத்தசமயத் துறவியும் மற்ற புத்தசமயத் துறவிகளைப் போலவே காட்டில் வாழ்ந்து வந்த துறவியாகும். அவர் தம் வாழ்நாள் முழுவதையும் அவரது பெயரைப் போலவே காட்டிற்காகவே தன்னை அர்ப்பணித்திருந்தார். அவர் புத்தரிடம் காட்டில் உள்ள விலங்குகளுக்கு தாம் ஒருபோதும் பயப்படவில்லை என்று கூறினார், ஆனால் அவற்றின் குரல்களின் சத்தம், பறவைகளின் ஓசைகள், வண்டுகளின் ரீங்காரம் என இயற்கையின் ஓசையினால் காட்டின் மீது அதிக அன்பு வளர்கிறது என்றார்.[143]

புத்தரின் அனுக்கச் சீடரான அனந்தர், போதி மரக்கன்றுகள் வளர்ப்பு மற்றும் வினியோகத்தில் மிகப்பெரும் பங்கு வகிக்கின்றார். புத்தரின் தலைமைச் சீடரான அனாதபிண்டரின் வேண்டுகோளுக்கினங்க, சவித்தை என்னும் குடும்ப பெண், போதி மரத்தின் கன்று ஒன்றை ஜெட்டவனத்தின் நுழைவாயில் நட்டுவைத்தார். அதன் பிறகு அனந்தர் கயாவிலிருந்து போதிமரத்தின் விதைகளை வரவழைத்து அதை நட்டு பராமரித்துக் கன்றுகளாக்கி எல்லா இடங்களுக்கும் நட்டுப் பராமரித்து வழிபாடு நிகழ்த்த உதவினார். அவற்றில் ஒரு மரக்கன்றை வைசாக நாட்டின் அரசர் பசந்தி மற்றும் அவரது அரசி விசாக ஆகியோர் அனந்தர் கொடுத்த போதி மரக்கன்றை நட்டுப் பராமரித்து வழிபட்டும் வந்தனர். அந்தக் கன்று அனந்தரின் நினைவாக வரலாற்றில் அனந்தபோதி என்றே அழைக்கப்பட்டு வந்தது.[144,145]

இவ்வாறு வரலாறு முழுவதிலும் மரங்களை, காடுகளை, வனங்களை பாதுகாத்துப் பராமரித்து வருகின்ற, வந்த சமயம் புத்தசமயமாகும். அதிலும் வரலாற்றில் முதலில் மரம்நடுவதை ஊக்கவித்து போதி மரத்தின் கன்றை உலகெமெங்கும் கொண்டுசென்ற சமயமும் புத்தசமயமாகும்.

---

143. Environmental Ethics and Buddhism by Praves Intongpan page. No. 149
144. Environmental Ethics and Buddhism by Praves Intongpan page. No. 149
145. Dhammapedatthadatha, II PP.228 - 230 .

ஒரு போதும் வெட்டக்கூடாத தாவரங்கள்

இந்த நூற்றாண்டுக்கு மனிதச் சமுகம் இந்தப் பூவுலகிற்குத் தந்துள்ள முதன்மையான அச்சுறுத்தல்கள் இரண்டு, அவை,

- புவி வெப்பமாதல் - *Global Warming*
- பருவ கால மாற்றம் - *Climate Change*
- தொழிற்புரட்சி - *(Industrial Revolution)*

1750 - 1850 காலங்களில் கண்டறியப் பட்ட இயந்திரங்களின் பயன்பாட்டுத் தேவைக்காவும், போக்கு வரத்துக் கட்டுமானத்துக் காகவும், இயந்திரங்களை ஓரிடத்திலிருந்து மற்றொரு இடத்திற்கும், ஒரு நாட்டி லிருந்து மற்றொரு நாட்டிற்கு பாதுகாப்பாக அனுப்புவதற் கான பணிக்காவும், கட்டு மானப் பணிகளுக்காகவும், தளவாடப் பொருட்களுக்காகவும், உலகமெங்கும் காடுகள் அழிக்கப்பட்டு, அதன் மரங்கள் பெருமளவுப் பயன்பட்டன. இந்தப் புள்ளியிலிருந்தே துவங்குகின்றது

புவி வெப்பமாதல் என்னும் செயல்.

தொழிற் புரட்சிக்குப் பிந்தைய நடப்பு மின் மற்றும் மின்னனு யுகத்தில் வெளியாகிக் கொண்டிருக்கும் அளவுக்கு அதிகமான கதிர்வீச்சின் காரணமாக (கணிப்பொறி, கைப்பேசி, கால்குலேட்டர்) பெட்ரோலியப் பொருட்கள், வாகனப் புகை, குளிர்விக்கும் பணிக்காகப் பயன்படுத்தப்படும், கார்பன் புளோரா குளோரைடு, போன்றவற்றின் தொடர்ச்சியான கதிர்வீச்சின் காரணமாக தொடர்ந்து புவி மேலடுக்கில் உள்ள வாயு மண்டலத்தில் வெப்ப வாயுக்களின் அடர்த்தி அதிகரித்துக் கொண்டிருப்பதே புவி வெப்பமாதலுக்கு தொடர் காரணமாக இருந்து வருகின்றது.

புவி வெப்பமாதல் என்பது, புவியின் மேலடுக்கில் உள்ள வளி மண்டலத்தில் உள்ள வாயு அடுக்கில் உள்ள வெப்ப வாயுக்களின் அடர்த்தி அதிகரித்துக் கொண்டிருப்பதே, புவி வெப்பமாதலுக்கான அறிஞர்களின் பொதுவான விளக்கமாக இருக்கின்றது. அதிலும் குறிப்பாக கார்பன் டை ஆக்சைடு என்னும் கரிவளி அதிகரிப்பினால் தொழிற்புரட்சிக்குப் பிந்தைய காலத்திலிருந்து நாம் வாழும் இப் புவி நூறு ஆண்டுகளுக்கு ஒரு முறை சராசரியாக 0.8 டிகிரி செல்சியஸ் வெப்பம் அதிகரித்து வருவதாக புவி ஆய்வாளர்களும், வான் மண்டல அறிஞர்களும் தெரிவிக்கின்றனர்.[146]

இவ்வாறு புவியின் வெப்பம் அதிகரித்துக் கொண்டிருப்பதன் காரணமாகவே, நாம் வாழும் இந்தப் புவி கோளத்தில் உள்ள பனிப்பாறைகளும், வட மற்றும் தென் துருவங்களில் மூன்று லட்சம் ஆண்டுகளுக்கும் மேலாக உறைந்துள்ள பனி அடுக்குகளின் உருகும் தன்மை அதிகரித்திருப்பதால், அதன் காரணமாக கடல் நீர் மட்டம் மெல்ல மெல்ல உயர்கின்றது. கடல் நீர் மட்டம் அதிகரிப்பதன் விளைவாக, கடல் சார் வாழ்விடங்களின் நிலத்தடி நீராதாரத்தில் கடல் நீர் உட்புகுந்து, நிலத்தடி நீர் குடிப்பதற்கு இயலாமல் உப்புத் தன்மை அதிகரிப்பதாகவும், நீர் ஆவியாதல் அதிகரித்து, அதன் விளைவாக மழைப் பொழிவு குறைவதாகவும் பல்வேறு காரணங்களை அடுக்குகின்றனர். ஆய்வாளர்கள்.

பருவகால மாற்றம் - *Climate Change*

- நாம் வாழும் புவியினைச் சுற்றியுள்ள வளி அல்லது காற்றைக் குறிப்பிட வளி மண்டலம் அல்லது வளிக்கோளத்தை, *(Atmosphere)*

---

146. தமிழ் இந்து 26.11.2013

என அழைக்கின்றோம், புவியிலுள்ள கடல் நீராதாரத்தைக் குறிப்பிட நீர்கோளம் அல்லது நீர் மண்டலம் *Hydrosphere* என அழைக்கின்றோம். புவியைச் சூழ்ந்திருக்கும் உறைப் பனிப்படலத்தைக் குறிக்க *Cryo sphere* என்கிறோம். பூமியில் வாழும் உயிரினங்களைக் குறிக்க உயிர்க்கோளம் *Biosphere* என்கிறோம். புவியின் மையக் கரு மண்டலத்துக்கு மேலுள்ள பாறைகளையும், பாறைத் தட்டுகளையும் குறிக்க *Lithosphere* பாறைக் கோளம் என்கிறோம். இவ்வாறு நாம் வாழும் புவியினைச் சுற்றியுள்ள.

- வளிக்கோளம் — *(Atmosphere)*
- நீர்க்கோளம் — *(Hydrosphere)*
- பனிப்படலம் — *(Cryo sphere)*
- உயிர்க்கோளம் — *(Biosphere)*
- பாறைக்கோளம் — *(Lithosphere)*

ஆகிய இந்த 5 கோளங்களின் சமநிலைக் குலையும் போது புவியின் இயற்கை சமநிலை ஒழுங்கு பாதிக்கப்படுவதால் ஏற்படுவதே புவியின் பருவநிலை மாற்றம் என அழைக்கப்படும் பருவகால மாற்றமாகும். இதன் காரணமாக புவியின் பருவநிலைகளில் மாற்றம் ஏற்பட்டுச் சீரான மழை பொழிவு குறைந்து, சீரற்ற மழை பொழிவும், சூறாவளியும், புயலும் உருவாகின்றது, இதன் விளைவாக பலத்த சேதமும் பொருளிழப்பும், உயிரிழப்பும் உருவாகின்றது. அன்மைய உதாரணங்களாக ஒக்கி புயலும், தானே புயலும் நம் கண்முன்னே நிற்கின்றது.

உண்மையில் புவி வெப்பமாதல் மற்றும் பருவகால மாற்றம் ஆகிய இரண்டும் தானாக நிகழ்ந்தவை அல்ல. மனிதர்களின் பேராசையாலும், இந்தப் புவியின் மீது முழு உரிமை கொண்டாட யாரும் இல்லாத காரணத்தாலும், பெரு முதலாளிகள், மற்றும் மனிதர்களால் புவியின் மீது தொடுக்கப்பட்ட வளச்சுரண்டல் தாக்குதலின் விளைவாக உருவானவை.

நமது சுற்றுச்சூழலைப் பாதுகாப்போம்:

21ஆம் நூற்றாண்டைச் சுற்றுச்சூழல் பாதுகாப்புக்கான ஆண்டு என சிலர் சொல்கின்றனர். அவ்வாறு ஏன் சொல்கின்றனர் எனக் கணிப்பது மிக எளிது. ஏனெனில் சுற்றுச்சூழல் சீர்கேடுகளும், மாசுபாடுகளும் உயிர்ச்சூழல் மற்றும் பல்லுயிர் பெருக்கமும் உச்சபட்ச பாதிப்பை எட்டியது இந்த நூற்றாண்டில்தான். அதன் விளைவாக

மனிதனின் உடல்நலத்துக்கான பாதிப்பும் அச்சுறுத்தலும் தொடர்ந்து கொண்டிருப்பதும் இந்த நூற்றாண்டில்தான்.

நமது சுற்றுச்சூழலைப் பாதுகாப்போம் என்னும் முழக்கமும் ஆதரவும் 1992 ஆம் ஆண்டு ரியோடி ஜெனிரோவில் நடைபெற்ற புவி உச்சி மாநாடுக்குப் பின்,[147] ஐக்கிய நாடுகள் அவை மற்றும் உலக நாடுகளின் ஆதரவும் சுற்றுச்சூழலைக் காப்பாற்ற பெருகிக் கொண்டிருக்கின்றன. புவி உச்சி மாநாட்டில், புவியின் சுற்றுச்சூழலைக் காப்பதில் உள்ள சவால்கள் மற்றும் சிக்கல் குறித்தும், வரும் தலைமுறையினருக்கு அமைதியான மற்றும் மகிழ்வான அனைவரும் விரும்பும் வகையிலான புவியை விட்டுச் செல்வதில் நமது பங்கு குறித்தும், பேசப்பட்டது.

புத்தச் சமயமும் சுற்றுச்சூழலும்:

பௌத்தம் சுற்றுச்சூழலைக் காப்பதில் அக்கறை கொண்டுள்ள மதம். சுற்றுச்சூழலைக் காப்பதற்கென்றே பல போதனைகள் (சூக்தங்கள்) சொல்லப்பட்டிருக்கின்றன. இதில் 2500 ஆண்டுகளுக்கு முன்பே புத்தரின் போதனைகளைப் புத்தச் சமயத்தினர் கடைபிடித்து வருகின்றோம். அதில் நாம் அண்டை அயலாரை நேசிப்பது போலவே சுற்றுச்சூழலையும் நேசிக்க வேண்டும் என்றும் கற்பிக்கப்பட்டிருக்கின்றது.

புத்தரின் சிகாலாவாத சுக்தத்தில்[148] குடும்பஸ்த்தர்கள் மலரிலிருந்து வண்டு தேன் எடுப்பதைப் போன்று செல்வம் சேகரிக்க வேண்டும் என உதாரணப்படுத்துகின்றார். அதாவது மலரிலிருந்து வண்டு தேன் எடுக்கும் பொழுது, வண்டுக்கும் மலருக்கும் எந்த பாதிப்பும் நிகழ்வதில்லை. சுற்றுச்சூழலுக்கும் எந்தப் பாதிப்பும் நிகழ்வதில்லை அதைப்போலவே இல்லறத்தில் உள்ள நபர்கள் தங்களுக்கும். தங்கள் உடல்நலனுக்கும், குடும்ப உறுப்பினர்களுக்கும் தீங்கு ஏற்படாத வகையிலும், சுற்றுச்சூழலுக்கு எந்த வகையான பாதிப்பும் இல்லாத வகையிலும் செல்வம் சேகரிக்க வேண்டும் எனச் சுற்றுச்சூழலை மையப்படுத்தியே செல்வம் சேரிப்பதற்கான உதாரணத்தை விளக்குகின்றார்.

---

147. தென் ஆப்பிரிக்காவின் ரியோடி ஜெனிரோ நகரில் அக்கிய நாடுகள் அவையின் முதல் கருத்தரங்கு சுற்றுச்சூழல் மற்றும் வளர்ச்சிக்கா 1992 ஆம் ஆண்டு ஜீன் 3 லிருந்து 14 ம் தேதி வரை நடை பெற்றது.

148. புத்தரின் நீண்ட பேருரைகளின் தொகுப்பான தீக நிகாயத்தில் உள்ள 31 வது போதனையாகும் (சூக்தம்) இது, சிகாளன் என்னும் குடும்பஸ்தனுக்கு, குடும்பத்தினரின் கடமைகள் குறித்து புத்தர் போதித்த போதனையாகும்

மெத்தபாவனா தியானத்திலும்[149] தன்னைப்போலவே தனது சுற்றம் மற்றும் அண்டை அயலாரையும் நேசிக்க சொல்கின்றார். மரங்கள் தாவரங்களையும், நேசிக்கச் சொல்கின்றார், மெத்தகாருண்ய சுக்தத்தில்,[150] அதேநேரத்தில் குதண்ட சுக்தத்தில்,[151] மரங்களையும் தாவரங்களையும் காப்பது அரசின் கடமை என்கின்றார். அது இன்றைய சூழலில் அரசு இயந்திரத்துக்கும் சாலப்பொருந்தும், ஆட்சியாளர்களின் கடமைகளில் ஒன்றாகவே, நாட்டிலுள்ள மரங்களையும் தாவரங்களையும் காப்பாற்றச் சொல்லியிருக்கின்றார். அதே சுக்தத்தில், மக்களோடு சேர்த்து, நாட்டிலுள்ள விலங்குகளைக் காப்பாற்றுவதும் அரசரின் தலையாயக் கடமையென்கின்றார்.

குதண்ட சுக்தத்தின் அடிப்படையிலேயே, மாமன்னர் அசோகரும், அவருக்குப் பின் வந்த புத்தச் சமய அரசர்களும், சாலை ஓரங்களில் மரங்களை நட்டனர், காடுகளை அழியாமல் பார்த்துக்கொண்டனர், விலங்குகளுக்காக கால்நடை மருத்துவமனைகளை ஆரம்பித்தனர் எனப் படிக்கும் பொழுது அவைகள் புத்தரின் குதண்ட சுக்தம் என்பதை நமது பாடத்திட்டத்தில் விளக்குவதில்லை, வெறுமனே அசோகர் மரங்களை நட்டார் எனப் படிப்பவருக்கு புத்தச் சமயம் சுற்றுசச்சூழலைக் காப்பாற்றும் சமயம் என்பது புரிவதில்லை.

குதண்ட சுக்தத்தில், புத்தச் சமயப் பிக்கு மற்றும் பிக்குணிகளின் கடமையாக புத்தர் கீழ்க்கண்டவாறு குறிப்பிடுகின்றார், ஒவ்வொரு பௌத்தர்களும் குறிப்பாக பிக்குகள். மூன்று விதமான தாவரங்களைத் தொடர்ந்து நட்டுக் கொண்டிருக்க வேண்டும் என்கின்றார். அவை

1. மலர் தரும் தாவரங்கள்
2. பழம் தரும் தாவரங்கள்
3. நிழல் தரும் தாவரங்கள்

தெற்காசியாவில் உள்ள நாடுகளின் பௌத்தர்கள் என்று தம்மை கூறிக் கொள்வோர் தங்கள் வீட்டிலோ பொது இடத்திலோ புத்தர் கூறிய 3 விதமான தாவரங்களை வளர்த்து சுற்றுச் சூழலைத்

---

149. அன்பும் கருணையும் தங்கள் நெஞ்சில் மலர்வதற்காக, தேரவாத புத்த சமய பிரிவினர்கள் கடைபிடிக்கும் தியானம் மற்றும் மந்திரமாகும். இந்த தியானத்தை புத்தர் தினந்தோறும் செய்தார் என வரலாறு கூறுகின்றது.

150. தேரவாத புத்த சமயத்தினருக்கான தியானம்

151. தீக நிகாயத்தில் உள்ள 5 வது போதனையாகும். குதன்தன் என்னும் பிராமணன் செய்ய இருந்த பெரும் யாகத்தில் பலியிட இருந்த காளைகள் மற்றும் பசுக்களைக் காட்டிலும் உயர்வான உயிர்பலி மற்றும் தியாகம் ஏதேனும் உண்டா என புத்தரிடம் கேட்ட போது, அவர் சொன்ன அறிவுரையே குதன்ட சுக்தம்

தொடர்ந்து பாதுகாத்து வருகின்றனர். அதன் வழி பௌத்தத்தை வளர்த்தும் வருகின்றனர். அதனாலே இன்று உலகின் அதிக மழைப்பொழியும் இடங்களாகவும், நாடுகளாகவும், தெற்காசிய நாடுகளே உள்ளது.

உலகின் அதிக அளவு காடுகளைக் கொண்ட பரப்பளவும் தெற்காசிய நாடுகளிலே உள்ளது. இதற்கெல்லாம் காரணம், புத்தரின் போதனைகளின் வழி நின்று ஒவ்வொருவரும் தனது வீட்டைச் சுற்றிலும் விவசாய நிலத்தைச் சுற்றிலும் மரத்தை வளர்ப்பதும், காடுகளில் அதிக அளவு மரங்களை வளர்ப்பதும், மரங்களை வெட்டாமல் இருப்பதுவுமே முக்கியக் காரணங்களாகும்.

வனதேவனாகிய புத்தர் மூங்கிலின் சிறப்பை கூறியிருக்கிறார். மற்றொரு சூக்தத்தில் ஒருபோதும் வெட்டக்கூடாத தவரங்கள் என சிலவற்றை பட்டியலிட்டிருக்கிறார். தனத சுஹா சுக்தத்தில்[152] மற்றும் பல சுக்தத்திலும்

1. மூங்கில்
2. அரசமரம்
3. பழம் தரும் மரங்கள்
4. நிழல் தரும் மரங்கள்
5. மருத்துவ குணம் உடையத் தாவரங்கள்
6. நறுமணம் தரும் மலர்செடிகள்
7. குறிப்பிட்ட பகுதியில் மட்டுமே வளரும் தாவரங்கள்
8. தனித்து நிற்கும் தாவரங்கள்
9. உங்கள் முன்னோர்கள் வைத்த தாவரங்கள்
10. மக்களின் பயன்பாட்டில் உள்ள மரம் செடி. கொடி வகைகள்.

இந்தப் பத்து வகையான தாவரங்களை மக்கள் ஒருபோதும் வெட்டக்கூடாது என்கிறார். அதில் முதலில் பட்டியலிடுவது மூங்கிலைத்தான். எனவே மனித சமூகம் ஒருபோதும் வெட்டக்கூடாத தாவரம் மூங்கில் மற்றும் அரசமரம். எனவே சுற்றுச்சூழல் பாதுகாவலர்கள் எனச் சொல்லிக் கொள்வோர் தங்களின் வீட்டிலும். நிலத்திலும் மூங்கிலை வளர்க்கலாம். புத்தரின் போதனையைத் தமிழில் சொல்லிய சங்க இலக்கியங்கள் உயிர்காக்கும் மருந்து என்றாலும் மரங்களை வெட்ட வேண்டாம் என்று எச்சரிக்கின்றது.

---

152. அங்குத்தர நீகாயம்

புறநானூறு பாடல் வரி.

தீக நிகாயத்திலோ[153] (தீக நிகாயம் 1[154] 2007, பக்கம் 112) மரங்களின் வேர்களை ஒருபோதும் வெட்டக்கூடாது என்கின்றார். உதாரணத்துக்காக நாம் சமையலுக்குப் பயன்படுத்தும் இஞ்சி முளைத்து வேர் விட்டிருக்குமேயானாலும் அதைக்கூட வெட்டக்கூடாது என்கின்றார். (அதை நட்டு வளர்க்க வேண்டும்) வேர்களைப் பாலி மொழியில் மூல பீஜம் என்கின்றார்.

நிழல் தரும் மரங்களின் கிளைகளைக் குறிப்பாக அரசமரத்தின் கிளைகளைக்கூட ஒருபோதும் வெட்டக்கூடாது என்கின்றார். இதை அவர் பாலிமொழியில், ஸ்கந்த பீஜா என்கின்றார், புல்வகைகளில் மூங்கிலை ஒரு போதும் வெட்டக்கூடாது என்கின்றார், இதனை அவர், பலுபுஜா புராக் என்கின்றார், இவ்வாறு வேர்களையும், கிளைகளையும், மூங்கிலையும் ஒரு போதும் வெட்டக்கூடாத தவரங்கள் என வரையறுத்து சுற்றுச்சூழலைப் பாதுகாக்கின்ற சமயமாக புத்தச் சமயம் விளங்குகின்றது. அவ்வாறு பல்குச்சியைக் கொண்டு பல் துலக்கும்போது கிழ்க்கண்ட நன்மைகள் கிடைப்பதாக பகவான் புத்தர் கூறியதின் பதிவு இதோ அவை

1. கண்பார்வை தெளிவடையும்
2. வாயைச் சுத்தமாக வைத்திருக்கும்
3. நாக்கு சுவையை நன்கு உணரும்
4. உணவைச் சுவையாகவும் ஆரோக்கியமாகவும் மாற்றும்
5. பசியை அதிகரிக்கும்
6. நன்கு செரிமானமாகும்.[155]

புத்தர் பல் குச்சிகளுக்காக மரத்தின் கிளைகளை அதிக அளவில் ஒடிப்பதால் மரங்களுக்கும் சுற்றுச்சூழலுக்கும் அதிக பாதிப்பு ஏற்படுவதைக் கண்டார். அதிலும் குறிப்பாக புதிதாக சேர்ந்த இளந்துறவிகள் சுற்றுச்சூழல் குறித்த எவ் விதமான அக்கறையுமின்றி இருந்ததால் பல் குச்சிகளுக்காக ஒரு விதியை ஏற்படுத்தினார். அது ஒருவர் பல்குச்சியை அதிகபட்சமாக எட்டுவிரல் அளவுக்கு

153. புத்தரின் நீண்ட பேருரைகளின் தொகுப்பு.

154. பிரம்மஜலா சுத்தா — பிக்கு, பிக்குனி, மற்றும் குடும்பத்தினர்கள் செய்ய வேண்டியவைகள், மற்றும் செய்யக்கூடாதவைகள் பற்றிய தொகுப்பு.

155. திரிபீடகம் (ஆங்கிலம்) தொகுதி 7 பக்கம் 43.

நீளமான குச்சியை மரத்திலிருந்தோ, செடியிலிருந்தோ ஒடித்து பயன்படுத்தலாம். குறைந்தபட்சமாக நான்கு விரல் அளவுக்கு மரத்திலிருந்தோ, செடியிலிருந்தோ குச்சியை ஒடித்து பல்துலக்க பயன்படுத்திக் கொள்ள அனுமதித்தார். மேலும் எப்போதுமே தனது துறவிகளுக்கும் ஆதரவாளர்களுக்கும், இயற்கை வளத்தை மனிதர்கள் தனது தேவைக்கு மட்டுமே பயன்படுத்திக் கொள்ளவேண்டும் என்றார். மேலும், இயற்கையின் மூலாதாரத்தை எப்பொழுதும் அழிக்ககூடாது என்றும் விதித்தார்.[156] இந்த விதியை அப்போது மருத்துவத்துக்குப் பயன்படுத்திக் கொண்டிருந்த தாவர மூலிகைகளுக்கும் பொருந்தும் என்றார். மூலிகைகளையும் அவ்வாறே தேவைக்கு மட்டுமே பயன்படுத்த வேண்டும் என வலியுறுத்தினார்.[157]

இன்றளவும் மக்கள் பல் துலக்குவதற்காக குச்சிகளை ஒடிக்கும்போது எட்டுவிரல் அளவு அல்லது நான்கு விரல் அளவுக்கே ஒடிக்கும் வழக்கத்தையும். மருத்துவத்துக்காக மூலிகைகளை பறிப்பவர்களும் புத்தரின் போதனையைப் பின்பற்றுகின்றனர். இந்த பழக்கம் மேலும் பரப்பபட வேண்டும். சுற்றுச்சூழல் ஆர்வலர்கள் இதுபோன்ற காரியங்களின் முன்மாதிரியாக இருக்கவேண்டும்.

அதே போல புத்தசமய மருத்துவம் என்பதே, சித்த மருத்துவமாக தற்போது மறுவியிருக்கின்றது. அதற்குக் காரணம், புத்த பிக்குகளின் தலையை வெட்டிக் கொண்டுவந்து தருபவர்களுக்குப் பொற்காசுகள் தருவதாக வைதீக சமய அரசர்கள் அறிவித்திருந்த போது மக்கள் பணத்துக்கு ஆசைப்பட்டு புத்தத் துறவிகளைக் கொன்று பணம் சேர்த்தனர். அந்த நேரத்தில் உயிருக்கு பயந்து காட்டுக்கு ஓடிய துறவிகள் மற்றும் குடும்பத்தினர்களே வனவாசிகளானார்கள். என இந்திய வரலாறு கூறுகின்றது. புத்த மருத்துவத்தினர் சித்த மருத்துவர்களானார்கள்[158] என்கின்றார். கேப்டன் கலியபெருமாள் தனது புத்தநெறி நூலில்.

மூங்கிலின் சிறப்புகள்:

புத்தச் சமய நோக்கில் சுற்றுச்சூழலைப் புரிந்து கொள்ள வேண்டுமெனில் நாம் அனைவரும் மூங்கிலின் சிறப்பையும் உணர்ந்து கொண்டால் மட்டுமே புத்தச் சமயத்தில் சுற்றுச்சூழல் அறவியலையும் அறிவியலையும் ஒரு சேர உணர்ந்து கொள்ள இயலும்.

---

157. The Sacred Book of Buddhist . XIV p. 349
158. கேப்டன் கலியபெருமாள் புத்தநெறி நூல்.

பொதுவாகவே தாவரங்கள் பகலில் உயிர்வளி என்னும் ஆக்சிஜன் வாயுவைச் சுவாசித்து, கரிவளியை வெளியேற்றும் செயலைச் செய்கின்றன. இரவில் கரிவளி என்னும் கரியமில வாயுவைச் சுவாசித்து உயிர்வளியை வெளியேற்றும் செயலை செய்கின்றன. சில குறிப்பிட்ட தாவரங்கள் மட்டுமே, இருபத்து நான்கு மணி நேரமும் உயிர்வளியை வெளியிட்டு, மனிதர்களுக்கும், பூமியில் வாழும் விலங்குகளுக்கும் ஆகசிறந்த நன்மை புரிகின்றன.

இவ்வாறு 24 மணிநேரமும் உயிர்வளியை வெளியிடும் தாவரங்களில் முன்னிலை வகிப்பது, அரசமரம், வேப்பமரம், இலுப்பைமரம், புங்கை மரம் மற்றும் மூங்கில் ஆகும். இந்த மரங்கள் உயிர்வளியை புவி முழுவதும் பரப்பும் வளிபரப்பாளர்களாக செயல்படுகின்றன. பட்டியலிட்டுள்ள தாவரங்களைவிட மூங்கில் மட்டுமே எப்போதும் தான் இருக்கும் இடத்தில் உள்ள மற்ற தாவரங்களைவிட 35 சதவிகிதம் அதிகமான உயிர்வளியை வெளியேற்றி புவியை குளுமைபடுத்துகின்றது எனத் தாவரவியல் ஆய்வாளர்கள் தற்போது தெரிவிக்கின்றனர். இதனைப் புத்தர் நன்கு உணர்ந்து நமக்கு கட்டளையாகவே 2500 ஆண்டுகளுக்கு முன்பாகவே அறிவித்துள்ளார்.

உலகெங்கும் மூங்கில் 1500 வகைகள் பயிரிடப்படுகின்றது. 87 பிரிவுகளாக அவை பகுக்கப்பட்டுள்ளன.[159] மூங்கில் காடுகள் ஆக சிறப்புவாய்ந்தவை, உலகெங்குமுள்ள வெப்ப மண்டல காடுகள் மற்றும் துணை வெப்ப மண்டல காடுகளில். தற்போதுள்ள உலக காடுகளில் பரப்பளவில் மூங்கில் காடுகள் 36[160] மில்லியன் எக்டேர் பரப்பளவாக உள்ளது.

உலக நாடுகளில் மற்ற மரங்களைக் கொண்ட காடுகளின் பரப்புகள் வெகுவாக குறைந்து வரும் நேரத்தில் மூங்கில் காடுகளின் பரப்பளவு மட்டும் அதிகரித்து கொண்டு வருவது அதியசமான உண்மையாகும். உலகின் மூங்கில் வனப்பரப்பில் அமெரிக்கா கண்டத்தில் 7 சதவிகிதமும், ஆப்பிரிக்கா கண்டத்தில் 28 சதவிகிதமும் ஆசியாக் கண்டத்தில் 65 சதவிகிதமும் மூங்கில் காடுகளாக உள்ளது.[161]

உலகின் மழைப் பொழிவுக்கு மூங்கில் காடுகளே முக்கிய காரணிகளாக உள்ளன. அமேசான் காடுகளில் உள்ள மூங்கில்களே,

---

159. Ecological Functions of Bamboo forest: Research and Application.
160. Ecological Functions of Bamboo forest: Research and Application
161. Resources of Bamboo forest – world
162. டிஸ்கவரி சேனல் நிகழ்சி

அங்கு உலகின் மழை மொழிவில் 15 சதவிகிதத்துக்கும்[162] அதிகமான மழை பொழிவிற்க்குக் காரணமாக உள்ளது. தெற்காசிய நாடுகளில் உள்ள காடுகளில் மூங்கில் காடுகளே பெரும் பரப்பில் உள்ளது. அதனாலே, தெற்காசிய நாடுகள் பெரும் மழை பெருகின்றன. உலகின் அதிக மழை பொழியும் இடமான சிரபுஞ்சி (மேகலாயா — இந்தியா) மூங்கில் காடுகள் நிறைந்த பகுதியாகும்.

இந்தியா மற்றும் சீனாவின் காடுகளிலும் மூங்கில் அதிக பரப்பளவில் உள்ளது. அதனாலேயே அங்கு பெரும் மழை பொழிகின்றது, ஜப்பான் நாடும் மூங்கில் பெருமளவில் நாட்டிலும் காட்டிலும் வளர்த்து வருகின்றது இரண்டு காரணங்களுக்காக, முதலாவதாக, ஜப்பான் நாட்டில் உள்ள புத்த விகார்கள் பெரும்பாலும் மூங்கிலைக் கொண்டே அமைக்கப்படுகின்றது, பின்னர் அதனைச் சுற்றிலும் மூங்கில் வனங்கள் உருவாக்கப்படுகின்றது.[163] புத்தரை வழிபடுபவர்களால். இரண்டாவதாக, மூங்கில் மிகச்சிறந்த அணுக்கதிர்வீச்சுத் தடுப்பானாக செயல்படுவதால், ஜப்பான் நாட்டில் வீடுகளைக்கூட முங்கிலைக் கொண்டே அமைக்கின்றனர். எரிமலை வீச்சின் வெப்பக் காற்றைத் தடுப்பதிலும் மூங்கில் முக்கியப் பங்கு வகிப்பதால், ஜப்பானில் பெரும்பாலான வீடுகள் முங்கிலைக் கொண்டே அமைக்கப்படுகின்றது.

மூங்கில் மண் அரிப்பைத் தடுப்பதில் முக்கியப் பங்கு வகிப்பதால், வனங்களின் மண் பாதுகாக்கப்பட்டு, பல்லுயிர்ச்சூழல் பாதுகாக்கப் படுகின்றது. மூங்கில் நல்ல வேர்பிடிப்பானாக செயல்படுவதால், மலைப் பகுதியில் நிலச்சரிவுகள் ஏற்படாமல் தடுக்கப்படுகின்றது.

சமகாலப் பார்வையில் மூங்கிலும் புத்தச் சமயமும்:

புவி வெப்பமாதல், மற்றும் பருவகால மாற்றத்தால், பருவ மழை தவறிக் கொண்டிருக்கும் இந்தக் காலத்திலும், உலகமெங்கும் தண்ணீர் பஞ்சம் தலைவிரித்து ஆடும் இந்த நிலையில் இந்த இரண்டு வகையான முக்கியப் பிரச்சனையைத் தீர்க்க புத்தர் போதித்தவற்றை நினைவில் கொண்டு இந்தியாவில் வாழும், அதிலும் குறிப்பாக தமிழக புத்தச சமயத்தினர் தங்கள் வாழிடம் மற்றும் விலைநிலங்களில் தொடர்ந்து மூங்கிலை நட்டு வளர்க்க வேண்டும். இந்து மதம் மூங்கிலை வளர்த்தால் விருத்தியடையாது என்னும் கருத்து தினிப்பை உழவர்களிடமும் தமிழக மக்களிடமும் தினித்துள்ளதால், நாம் மூங்கிலின் பயன்பாட்டை உணரவில்லை.

---

163. விக்கிபீடியா

அதை அதிகம் பயன்படுத்துவதுமில்லை.

புவி வெப்பமாதல், மற்றும் பருவகால மாற்றத்தால், பருவ மழை தவறிக் கொண்டிருக்கும் இந்த காலத்தில், உலகமெங்கும் தண்ணீர் பஞ்சம்' இந் நிலையில் இப்பிரச்சனைகளை தீர்க்க புத்தர் போதித்தவற்றை நினைவில் கொண்டு இந்தியர்கள் தங்கள் வாழிடம் மற்றும் விலைநிலங்களில் மூங்கிலை வளர்க்க வேண்டும். மூங்கிலை வளர்த்தால் விருத்தியடையாது என்னும் பொய்கருத்தை மக்களிடமும் தினித்துள்ளதால், நாம் மூங்கிலின் பயன்பாடு நாளடைவில் குறைந்தது. இப்போதும் ஒன்றுமில்லாமல் போனது. சூழலியல் மேம்பாடு என்பது வாழ்வியல் மேம்பாட்டை அடிப்படையாகக் கொண்டதென்றால். புத்தசமயம் வாழ்வியல் மேம்பாட்டை அடிப்படையாகக் கொண்டது. பொய் கருத்தை நீக்கி, மெய்கருத்தை வளர்பதின் மூங்கில் தழைக்கும். சுற்றுச்சூழலும் உயிர்பெறும்.

இதற்கு ஒரு உதாரணம் சொல்ல வேண்டுமானால், பீகாரில் வனப்பரப்பு கிடையாது, ஆனால் அங்கு மழை பொழிவு சிறப்பாக உள்ளது. அதற்கான முக்கிய காரணம், மூங்கில் மட்டுமே. எப்படியெனில், பீகாரின் விவசாயிகள் அனைவரும் தங்கள் நிலத்தில் ஒரு பகுதியில் தொடர்ந்து மூங்கிலைப் பயிரிட்டு வருகின்றனர். இதனால் காற்றில் உயிர்வளியின் தன்மை அதிகரித்து மழை பொழிவு கிடைக்கின்றது என்பதை அவர்கள் மூங்கிலின் வழியாக உணர்ந்துள்ளனர்.

இதற்கு ஒரு நேர்மறைச் சாட்சியாக பீகார் உள்ளது. பீகாரில் வனப்பரப்பு கிடையாது, ஆனால் அங்கு மழை பொழிவு சிறப்பாக உள்ளது. அதற்கான முக்கிய காரணம், மூங்கில் மட்டுமே., பீகாரின் விவசாயிகள் தங்கள் நிலத்தில் ஒரு பகுதியில் மூங்கிலைப் பயிரிட்டு வருகின்றனர். காற்றில் உயிர்வளியின் தன்மை அதிகரித்து மழை பொழிவு கிடைக்கின்றது என்பதை அவர்கள் மூங்கிலின் வழியாக உணர்ந்துள்ளனர். பீகாரை எடுத்துக்காட்டாகக் கொண்டு தமிழகம் செயல்படுமா ?

மூங்கிலில் இருந்து 1500 வகையானப் பொருட்களை உற்பத்தி செய்ய இயலும், மூங்கில் வளர்ப்பதன் வாயிலாக தங்கள் சொந்தப் பயன்பாட்டுக்குத் தேவையான கட்டுமானப் பொருட்கள், வீட்டுக் கூரைகள், என பல தேவைகளுக்கு மூங்கில் பயன்படுவதால், பொருளாதாரம் உயர்கின்றது.

புத்தச் சமய நோக்கில், மூங்கிலின் மரத்தின் கீழ் புத்தரின்

சிலையை வைத்து வழிபாடு நிகழ்த்த பௌத்தர்கள் முன் வரவேண்டும். கிழக்காசிய நாடுகளைப்போல மூங்கிலில் விகாரையும், அதனையொட்டி மூங்கில் காடுகளையும்உருவாக்க முன் வர வேண்டும். பௌத்தம் ஏற்கும் நிகழ்விலும் மூங்கில் கன்றுகளை அன்பளிப்பு செய்யலாம்.

சூழலிய நோக்கில் ஆக்சிஜனை 24 மணி நேரமும் வெளியேற்றும் தாவரம். மூங்கில். மற்றத் தாவரங்களை விட மூங்கில் புல் 35 சதவிகிதம் உயிர்வளியை அதிகமாக வெளியிடும். இதனால் ஈரப்பதத்துடன் கூடிய காற்று எப்போதும் நமக்கு கிடைத்துக்கொண்டே இருக்கும்.

மூங்கில் தோப்பிருக்கும் பகுதிகளில் தண்ணீர் பஞ்சம் இருக்காது. அதிகமழைபொழியும். காற்றினால் ஏற்படும் அழிவுகளை தவிர்க்க, உயிர்வேலியாக மூங்கிலை வளர்ப்பதால் விளை நிலங்களும் பயிர்களும் பாதுகாக்ககப்படும். நகர்புறங்களின் ஒலி மாசுவைத் குறைப்பதற்காக நகர்புறங்களிலும் மூங்கிலை வீட்டில் வளர்க்கின்றார்கள். கார்ப்பரேட் நிறுவனங்களும் இதை உணர்ந்து மூங்கிலை வளர்க்கின்றார்கள்.

மூங்கில் சிறந்த காற்று அரண். இதையெல்லாம் அன்றே உணர்ந்து புத்தர் மூங்கில் வளர்க்க சொல்லியிருக்கிறார். நாம் அனைவரும் மூங்கில் வளர்ப்போம்.

அறம் பதிப்பகத்தின் வெளியீடுகள்

வ	தலைப்பு	ஆசிரியர்	விலை
	சுற்றுச்சூழல்		
1	நடுங்கும் நிலம் நடுங்கா மனம்	மா. அமரேசன்	130/-
2	கண்ணுக்குப் புலப்படாத தண்ணீரும் புலப்படும் உண்மைகளும்	மா. அமரேசன்	50/-
3	சுற்றுச்சூழலும் சாதிய புனிதமும்	மா. அமரேசன்	100/-
	கட்டுரைகள்		
4	சேரி ரெண்டுபட்டால்	மா. அமரேசன்	100/-
5	நிலமெனும் ஆயுதம்	ஐ.ஜா.ம. இன்பகுமார்	250/-
6	எழுத்தில்லா புத்தகம்	கெங்கை குமார்	200/-
7	சொற்களால் நெய்யப்பட்ட சவுக்கு	யாழன் ஆதி	150/-
8	அதோ அந்தபள்ளிக்கூடம்	மா. சுரேஷ்	100/-
9	ஆத்திசூடி மீள் வாசிப்பு	மா. அமரேசன்	240/-
10	ஆதிதிராவிடர் கட்டமைத்த அறிவுத்தளம்	பேரா. செ. கலியபெருமாள்	260/-
11	பெரியாருக்கு முன் அயோத்திதாசப் பண்டிதர் எழுத்துச் சீர்திருத்தம் ஓர் ஆய்வு	அ. அன்பானந்தன்	25/-
12	திருக்குறள் மீட்டெடுப்பில் பண்டிதமணி அயோத்திதாசர் பணிகள்	அ. அன்பானந்தன்	130/-
	திரைப்படம்		
13	இளையராஜாவின் இசைப் பாடல்களில் புத்தச் சமயக் கோட்பாடுகள்	மா. அமரேசன்	200/-
14	மகாமுனி திரைக்கதை	சாந்தகுமார்	390/-
15	சிவாஜி கணேசனின் மார்லன் பிராண்டோ உடனான ஓர் சமர்	ம. தொல்காப்பியன்	100/-
16	ஒளிரும் கண்கள்	ஏ. சண்முகானந்தம்	40/-
17	கிச்சிலிப் பயமாட்டம் பொண்ணு	பேரா. ஏ. மாரிமுத்து	330/-
18	கணவன் சொன்ன கதைகள்	க.இ. ஆரோன் ஜோஸ்வா ரூஸ்வெல்ட்	220/-

வ	தலைப்பு	ஆசிரியர்	விலை
19	சூடிப்பேசும் பூக்கள்	மா. சுரேஷ்	130/-
20.	தம்மபதம்	யாழன் ஆதி	210/-
21	காலி கோப்பையும் தானாய் நிரம்பும்	யாழன் ஆதி	110/-
22	போதலின் தனிமை	யாழன் ஆதி	150/-
23	நெடுநல்வாடான்	யாழன் ஆதி	50/-
24	புலிப்பால்	பேரா. செ. கலியபெருமாள்	350/-
25	சுற்றுச்சூழலும் புத்த சமயமும்	மா. அமரேசன்	160/-

♦♦♦

www.ingramcontent.com/pod-product-compliance
Lightning Source LLC
LaVergne TN
LVHW100332181026
850499LV00039B/1049